ഗൗരി ലങ്കേഷ്:
ജീവിതം പോരാട്ടം രക്തസാക്ഷിത്വം

gouri lankesh jeevitham porattam rakthasakshithwam

•

k r kishore

•

first edition
february 2018

•

second edition
september 2018

•

second impression
january 2021

•

published
chintha publishers, thiruvananthapuram

•

typesetting
star communications, thiruvananthapuram

•

cover
midas

Distribution

DESHABHIMANI BOOK HOUSE

H O Thiruvananthapuram 695035
phone: 0471-2303026, 6063026
Email: chinthapublishers@gmail.com
Website: www.chinthapublishers.com

Branch

Head Office Kunnukuzhi • Statue Thiruvananthapuram • KSRTC Bus Station Alappuzha • KSRTC Bus Station Ernakulam • Machingal Lane Thrissur • IG Road Kozhikode • Mavoor Road Kozhikode • NGO Union Building Kannur • Central Bus Terminal Complex Thavakkara Kannur

---

CR - 2232 / 5298
ISBN - 978-93-86637-95-6

ഗൗരി ലങ്കേഷ്:
ജീവിതം പോരാട്ടം രക്തസാക്ഷിത്വം

കെ ആർ കിഷോർ

ചിന്ത പബ്ലിഷേഴ്സ്
തിരുവനന്തപുരം-695 035

കെ ആർ കിഷോർ

തൃശൂർ ജില്ലയിൽ എടത്തിരുത്തിയിൽ ജനനം. കുമ്പളാ പറമ്പിൽ രാമൻമാസ്റ്ററുടെയും ലക്ഷ്മിയുടെയും മകൻ. എടത്തിരുത്തി, ചെന്ത്രാപ്പിന്നി, കാട്ടൂർ എന്നിവിടങ്ങളിൽനിന്നും സ്കൂൾ വിദ്യാഭ്യാസവും നാട്ടിക എസ് എൻ കോളേജിൽ നിന്നും ബിരുദവും. തൃശൂർ സഹകരണ കോളേജിൽ സഹകരണത്തിലും ദൽഹി ഇന്ത്യൻ ഇൻസ്റ്റിറ്റ്യൂട്ട് ഓഫ് ജേർണലിസത്തിൽ ജേർണലിസത്തിലും ബിരുദാനന്തര ഡിപ്ലോമ പഠനം.

പ്രസിദ്ധീകരിച്ച കൃതി: *നവ ഭാവുകത്വസഞ്ചാരങ്ങൾ* (സാഹിത്യ നിരൂപണം), എഴുതി അവതരിപ്പിച്ച നാടകങ്ങൾ: *ഗ്രാമം, ഓർക്കുക നമ്മളൊന്നാണ്, ഉടമ്പടി, സംഗ്രാമ, ദുരവസ്ഥ* (ആശാന്റെ കൃതിക്ക് നാടകാവിഷ്കാരം) തിരക്കഥ: *ഓണം 95*

അവാർഡുകൾ: മികച്ച നടൻ – 1980 (നാടകം – *ഓണം,* അഖില കേരള നാടക മത്സരം എസ് എൻ ബി എസ്, ഇരിങ്ങാലക്കുട), മികച്ച നടൻ (നാടകം – *ചരിത്രത്തിന്റെ ചിരി* – അഖില കേരള നാടക മത്സരം –മദ്ധ്യമേഖലാ 1979 കേരളാ സംഗീത നാടക അക്കാദമി)

ഗീതാവില്ലേജ് അവാർഡ്– ബംഗ്ലൂരിലെ എഴുത്തുകാരൻ/ സാംസ്കാരിക പ്രവർത്തകൻ എന്ന നിലയിലെ മികച്ച സേവനത്തിനു ലഭിച്ച പുരസ്കാരം – 2014)

ഭാര്യ : മാധുരി
മകൾ : ശില്പ
മകൻ : ഉജ്ജ്വൽ
മരുമകൻ : ദിനു
Address : No. 49/A, Anugraha,
Lake Side Avenue,
Shettihalli, Jalahalli West P O
Bangalore - 560 015
e-mail : kishorwrites2016@gmail.com,
krkishor555@gmail.com
mobile : 8892631217

ഉള്ളടക്കം

പ്രസാധകക്കുറിപ്പ്

മാധ്യമപ്രവർത്തക ഗൗരി ലങ്കേഷ് ബാംഗ്ലൂരിലെ വസതിയിൽ വച്ച് വെടിയേറ്റ് മരിച്ചിരിക്കുന്നു. എം എം കൽബുർഗി, ധാബോൽക്കർ, പൻസാരെ പിന്നെ ഗൗരി ലങ്കേഷ്. സമാനമായ രീതിയിൽ ഒരേ സങ്കേതം ഉപയോഗിച്ച്. ഹിന്ദുത്വ ഗൂഢസംഘത്തെ ഗൗരി ധീരതയോടെ എന്നും എതിർത്തു വരികയായിരുന്നു. ഹിന്ദുത്വ ഭരണകൂട ഭീകരതയോട് അവർ ഉന്നയിച്ച ചോദ്യങ്ങൾക്ക് മറുപടി പറയാൻ വർഗ്ഗീയ ഫാസിസ്റ്റുകൾക്കു കഴിയാത്തവണ്ണം അറിവിലും ആദർശത്തിലും ഉറച്ചതായിരുന്നു അവരുടെ ജീവിതം. ജനാധിപത്യബോധവും സ്വാതന്ത്ര്യ വാഞ്ഛയുമുള്ള ആർക്കും ഈ കൊലപാതകം അംഗീകരിക്കാൻ ആവില്ല എന്ന് ഇന്ത്യൻ പൊതു അഭിപ്രായം വ്യക്തമാക്കിക്കഴിഞ്ഞു. പക്ഷേ, അത് ഹിന്ദുത്വ ഭീകരവാദികളെ അടങ്ങിയിരിക്കാൻ പ്രേരിപ്പിക്കും എന്നു തോന്നുന്നില്ല.

ഗൗരി ലങ്കേഷിന്റെ ജീവിതത്തെയും പ്രവർത്തനങ്ങളെയുംകുറിച്ച് കെ ആർ കിഷോർ തയ്യാറാക്കിയതാണ് *ഗൗരിലങ്കേഷ് ജീവിതം പോരാട്ടം രക്തസാക്ഷിത്വം* എന്ന ഈ പുസ്തകം. അതിനു പുറമെ കൊലപാതകത്തിൽ പ്രതിഷേധിച്ചുകൊണ്ട് നിരവധി എഴുത്തുകാരുടെയും രാഷ്ട്രീയ പ്രവർത്തകരുടെയും സംക്ഷിപ്ത കുറിപ്പുകളും പുസ്തകത്തിന്റെ ആരംഭത്തിൽ ചേർത്തിട്ടുണ്ട്.

ബഹുസ്വരതയും ജനാധിപത്യവും മതേതരത്വവും സംരക്ഷിക്കേണ്ടത് ഓരോ പൗരന്റെയും കടമയാണ്. ആ കടമ ഏറ്റെടുക്കുന്നതിന് ഗൗരിലങ്കേഷിന്റെ സ്മരണ നമുക്ക് ഊർജ്ജം പകരും.

ചിന്ത പബ്ലിഷേഴ്സ്

ഗൗരി ലങ്കേഷ്

29 ജനുവരി 1961–2017 സെപ്തംബർ 5

രാജ്യത്തെ ഭരണഘടന
ഓരോരുത്തരെയും പഠിപ്പിക്കുന്നത്
മതനിരപേക്ഷത പാലിക്കുന്ന പൗരനാകാനാണ്,
അല്ലാതെ വർഗ്ഗീയവാദിയാകാനല്ല.
അതുകൊണ്ട് വർഗ്ഗീയവാദികളെ
എതിർക്കുമെന്ന് ഉറക്കെ പറയണം.
ഒരു ഇന്ത്യൻ പൗരൻ എന്ന നിലയിൽ
ഞാൻ ബി ജെ പിയുടെ
ഫാസിസ്റ്റു വർഗ്ഗീയ രാഷ്ട്രീയത്തെ
എതിർക്കുന്നു.
ഹിന്ദു ധർമ്മത്തിന്റെ
ആദർശങ്ങളെക്കുറിച്ച് നടത്തുന്ന
ദുർവ്യാഖ്യാനത്തെ എതിർക്കുന്നു.
ഹിന്ദുമതത്തിന്റെ വിവേചനപരവും
അനീതിപൂർവ്വകവും
ലിംഗസമത്വവിരുദ്ധവുമായ
ജാതിസമ്പ്രദായത്തെ
എതിർക്കുന്നു.

സമർപ്പണം

സർദാർ ഗോപാലകൃഷ്ണൻ

ആയിരത്തിത്തൊള്ളായിരത്തി അൻപത് ജനുവരി 26 ന് ഇന്ത്യയുടെ പ്രഥമ റിപ്പബ്ലിക് ദിനത്തിൽ കമ്യൂണിസ്റ്റ് പാർട്ടി നിരോധനത്തിനും പൗരാവകാശലംഘനങ്ങൾക്കുമെതിരെ ജാഥ നയിച്ചു രക്തസാക്ഷിയായ ധീരദേശാഭിമാനിയും എന്റെ ഇളയച്ഛനുമായ സഖാവ് സർദാർ ഗോപാലകൃഷ്ണന്റെ സമരപുളകമായ ഓർമ്മകൾക്കുമുമ്പിൽ ചുവന്ന അഭിവാദ്യങ്ങളോടെ ഈ ഗ്രന്ഥം സമർപ്പിക്കുന്നു.

1947 ൽ ഇന്ത്യ രാഷ്ട്രീയ സ്വാതന്ത്ര്യം നേടിയിട്ടും കമ്യൂണിസ്റ്റ് പാർട്ടിയുടെ നിരോധനം നിലനില്ക്കുന്നതിനെതിരെ രാഷ്ട്രീയ സ്വാതന്ത്ര്യവും പൗരാവകാശവും ഉയർത്തിപ്പിടിച്ച് തൃശൂർ ജില്ലയിലെ നാട്ടിക ഫർക്കയിലെ വിപ്ലവകാരികളെ സംഘടിപ്പിച്ച്, മതിലകം പൊലീസ് സ്റ്റേഷൻ മാർച്ച് നടത്തിയ സഖാവ് സർദാർ ഗോപാലകൃഷ്ണന്റെ നേതൃത്വത്തിലുള്ള സമരസഖാക്കളെ സബ്ഇൻസ്പെക്ടർ നമ്പ്യാരുടെ നേതൃത്വത്തിലുള്ള മലബാർ പൊലീസ് അടിച്ച് ചതച്ച് പരത്തി... ഓരോ സഖാവും പിടഞ്ഞു വീഴുമ്പോഴും ആയുധമേന്തിയ പൊലീസിനെതിരെ ജീവൻ ബലിയർപ്പിച്ച് പോരാട്ടം നടത്തിയ സർദാറിന്റെ സമരവീര്യം മലബാർ പൊലീസിനു വിസ്മയമായി...

തോക്കിന്റെ ബയണറ്റ് കൊണ്ട് തലയ്ക്കടിച്ച് ബോധം കെടുത്തേണ്ടി വന്നു ആ പോരാളിയെ ഇടിവണ്ടിയിലിട്ടു വലപ്പാട് സ്റ്റേഷനിലേക്കു കൊണ്ടുപോകാൻ..

ബോധം തെളിഞ്ഞിട്ടും മർദ്ദനം... കനത്തമീശയിലെ ഓരോ രോമവും പറിച്ചെടുത്തു നമ്പ്യാർ അലറി "കോൺഗ്രസിന് ജയ് വിളിക്കൂ... കൊല്ലാതെ വിടാം."

പതറാത്ത ശബ്ദത്തിൽ സർദാർ മുദ്രാവാക്യം വിളിച്ചു.

"ഇൻക്വിലാബ് സിന്ദാബാദ്.." ശ്വാസം നിലയ്ക്കുമ്പോളേക്കും നേരം വെളുക്കാറായിരുന്നു. നാട്ടിക മണപ്പുറത്തെ മൺതരികളെ സമരപുളക ങ്ങളണിയിച്ചുകൊണ്ട് ചുവപ്പിച്ച സർദാർ, വിപ്ലവപ്രസ്ഥാനത്തിന്റെ നിത്യ യുവത്വമാണ്..

1

പ്രതികരണങ്ങൾ

Siddharamaih

"I have known Gauri Lankesh from a very young age and she was a staunch believer of secularism. She was an active social activist against communalism and minced no words," he said.

Nayanthara Sahgal

A courageous outspoken woman, a highly respected journalist, has been gunned down in cold blood for disagreeing with you and for speaking her mind. Her murder is one more horror in a growing number of murders of known and unknown Indians by fanatics who know they will go scot free to kill again and again. You, the government of India, are accountable. When will you act?

സീതാറാം യെച്ചൂരി

പ്രതിശബ്ദങ്ങളെ ഇല്ലാതാക്കുക എന്നാൽ ബഹുസ്വരതയെ ഇല്ലാ

താക്കുക എന്നാണ്. ജനാധിപത്യവും മതേതരത്വവും സംരക്ഷിക്കേണ്ടത് ഓരോ പൗരന്റെയും കടമയാണ്. അതിനെതിരെയുള്ള എല്ലാ കടന്നു കയറ്റവും സ്വതന്ത്രവും സർഗ്ഗാത്മകവുമായ ഒരു സമൂഹത്തിന്റെ വളർച്ചയെയാണ് തടയുന്നത്. എന്ത് വില കൊടുത്തും ബഹുസ്വരതയെയും ജനാധിപത്യത്തെയും മതേതരത്വത്തെയും സംരക്ഷിക്കാൻ വലിയൊരു പോരാട്ടം ആവശ്യമാണ്. അതിനു നമ്മളെല്ലാം കടപ്പെട്ടവരാണ്.

സച്ചിദാനന്ദൻ

അധികാരത്തോട് സത്യം പറയുകയാണ് പത്രധർമ്മം എന്ന് ഗൗരി ലങ്കേഷ് അവസാന ശ്വാസംവരെ വിശ്വസിച്ചു. അങ്ങനെ തന്നെ പ്രവർത്തിച്ചു. മരണം അവരെ നിശ്ശബ്ദയാക്കുകയില്ല. ആ വാതിൽപ്പടിയിലെ രക്തം തലമുറകളോട് സത്യത്തെയും സ്വാതന്ത്ര്യത്തെയും കുറിച്ച് നിർഭയമായി സംസാരിച്ചുകൊണ്ടേയിരിക്കും.

ഭരണകൂടത്തിന് ഇച്ഛാശക്തിയുണ്ടെങ്കിൽ മാത്രമേ പ്രബലരായവർ ഉൾപ്പെട്ടിട്ടുള്ള സംഭവങ്ങളിൽ കുറ്റവാളികളെ നിയമത്തിനു മുൻപിൽ കൊണ്ടു വരാൻ കഴിയൂ... അപ്പോഴും, ഒരുപക്ഷേ, നിയമപ്രക്രിയ കൊന്നവരിലേക്കല്ലാതെ കൊല്ലിച്ചവരിലേക്കു എത്തിയെന്നുവരില്ല.

ബി ആർ പി ഭാസ്കർ

മാധ്യമങ്ങളും മാധ്യമപ്രവർത്തകരും ഗൗരി ലങ്കേഷ് എന്ന രക്തസാക്ഷിയുടെ ദാരുണമായ അന്ത്യത്തിൽനിന്ന് എന്ത് പാഠമാണ് ഉൾക്കൊള്ളുന്നത്? അപകടം തിരിച്ചറിഞ്ഞ് അവർക്ക് സുരക്ഷിതമായ പാത സ്വീകരിക്കാം. ആ രീതിയിൽ വ്യക്തികളെന്ന തരത്തിൽ നേടാവുന്ന സുരക്ഷിതത്വം ശാശ്വതമാവില്ല. സ്വതന്ത്ര പത്രപ്രവർത്തനത്തെ അപകടപ്പെടുത്തിക്കൊണ്ട് മാധ്യമപ്രവർത്തകർക്കു നേടാനാവുന്നത് സുരക്ഷിതത്വമല്ല. അടിമത്തമാണ്.

കെ ആർ മീര

അവരുടെ കൊലപാതകം ഏല്പിച്ച നടുക്കം അമ്പത്തിയഞ്ചു വയസ്സു വരെ നിർഭയവും സ്വതന്ത്രവുമായി ജീവിച്ച ഒരു സ്ത്രീക്ക് നീട്ടിക്കിട്ടാതെ പോയ ജീവിതത്തെക്കുറിച്ചുള്ള വേദനയിൽ നിന്നല്ല, ഈ രാജ്യത്തിന്റെ ഭരണഘടനയെ വെല്ലുവിളിക്കുന്ന പുതിയതരം തിന്മയുടെ പിറവിയിലുള്ള ആശങ്കയിൽനിന്നാണ്.

കൊന്നവർക്കും കൊല്ലിച്ചവർക്കും അത് കണ്ട് കൈയടിക്കുന്നവർക്കും ജീവിക്കാൻ ധൈര്യമില്ലാത്ത ജീവിതം ജീവിച്ച് അവർ മരിക്കാൻ ധൈര്യമില്ലാത്ത മരണം ആസ്വദിച്ചു. "ഞാനും ഗൗരിയാണ്. എന്നെയും കൊല്ലൂ" എന്ന് ആയിരങ്ങളെക്കൊണ്ട് ആക്രോശിപ്പിച്ച ഗൗരി ലങ്കേഷ്, ഈ ഇരുട്ടിനെ നിങ്ങൾ അതിജീവിക്കുക

സീമ മുസ്തഫ - മാധ്യമപ്രവർത്തക

മാധ്യമപ്രവർത്തക ഗൗരി ലങ്കേഷ് ബംഗ്ലൂരുവിലെ വസതിയിൽ വെച്ച് വെടിയേറ്റ് മരിച്ചിരിക്കുന്നു. ഹിന്ദുത്വ ഗൂഢ സംഘത്തെ ധീരതയോടെ തുടർച്ചയായി എതിർത്തുവരികയായിരുന്നു അവർ. ഗൗരി ലങ്കേഷ് ജനാധിപത്യ ഇന്ത്യയിൽ വിശ്വസിച്ചിരുന്നു.

ആനന്ദ് പട്വർദ്ധൻ

നമുക്ക് ഗൗരി ലങ്കേഷിനെ അഭിവാദ്യം ചെയ്യാം. അങ്ങനെയേ നമുക്ക് നമ്മുടെ പ്രജ്ഞയെ വീണ്ടും തിരിച്ചു പിടിക്കാനാവൂ. നമുക്ക് ഗൗരി ലങ്കേഷിനെ വർത്തമാനകാലത്ത് വലിയ രീതിയിൽ നഷ്ടമാകും. എന്നാൽ, നിശ്ശബ്ദത വെടിഞ്ഞ് ഉച്ചത്തിൽ സംസാരിക്കുമ്പോൾ മാത്രമേ നമുക്ക് അവരോട് ആദരവ് കാട്ടാനാവൂ. എം എം കൽബുർഗി, പൻസാരെ, ധാബോൽക്കർ എന്നിവരെപ്പോലെ ഉറക്കെ സംസാരിച്ചതിന് ഗൗരിയും കൊല്ലപ്പെട്ടിരിക്കു

ന്നു. സംസാരിക്കുന്നതിൽനിന്നും നമ്മെ തടയാൻ ഒരു കൊലപാതകിയെയും അനുവദിക്കരുത്. യുക്തിയും ധീരതയും മരിച്ചാൽ നമ്മൾ എല്ലാം മരിക്കും.

കെ പി ശശി - ഡോക്യുമെന്ററി സംവിധായകൻ

ഗൗരി ലങ്കേഷിനെ, ഡോ. എം എം കൽബുർഗിയെ, ധാബോൽക്കറെ സഖാവ് പൻസാരെയെ ആരാണ് കൊന്നത് എന്ന് എല്ലാവർക്കുമറിയാം. കൊലപാതക രീതികൾ സമാനമായിരുന്നു. ഇത് ഭീകരതയല്ലെങ്കിൽ മറ്റെന്താണ്? എല്ലാ എഴുത്തുകാരും മാധ്യമപ്രവർത്തകരും മതേതര ആക്ടിവിസ്റ്റുകളും സ്ത്രീപക്ഷ സംഘടനകളും ഇത്തരം ഭീകരതക്കെതിരെ ശബ്ദമുയർത്തണം. എന്തിനാണ് പാകിസ്ഥാനിൽ ഭീകരത തിരയുന്നത്?... അത് ഇവിടെ ബംഗ്ലൂരുവിലുമുണ്ട്.

കെ കെ ഗംഗാധരൻ - വിവർത്തന സാഹിത്യകാരൻ

ധീരതയും ആത്മാർത്ഥതയും സത്യസന്ധതയുമുള്ള പത്രപ്രവർത്തകയായിരുന്നു ഗൗരി ലങ്കേഷ്. അവർ ഉയർത്തുന്ന ചോദ്യങ്ങൾക്കു മറുപടി പറയാൻ വർഗ്ഗീയ ഫാസിസ്റ്റുകൾക്കു കഴിയാത്ത വിധം അറിവിലും ആദർശത്തിലും ഉറച്ചതായിരുന്നു അവരുടെ അഭിപ്രായങ്ങൾ. മെരുക്കാനാവാത്തവരെ കൊല്ലുക എന്ന നീചമായ നടപടിയാണ് ഈ കൊല. ജനാധിപത്യ ബോധമുള്ളവർക്ക് അംഗീകരിക്കാൻ കഴിയാത്ത കൊലപാതകം.

ശിവസുന്ദർ - പൗരാവകാശ പ്രവർത്തകൻ

ബാബാ ബുഡൻഗിരി സംഭവം മുതൽ ഞങ്ങൾ ഒന്നിച്ചു പ്രവർത്തിക്കുകയായിരുന്നു. ജനാധിപത്യപരവും സമാധാനപരവുമായിരുന്നു അവരുടെ എല്ലാ പ്രവർത്തനങ്ങളും. മതേതരത്വം നിലനില്ക്കാനും ഫാസിസം തടയാനും വേണ്ടിയുള്ളതായിരുന്നു, ഗൗരിയുടെ പ്രവർത്തനം. അവരുടെ

ഈ രക്തസാക്ഷിത്വം എന്നെപ്പോലുള്ളവർക്കുണ്ടാക്കുന്ന നഷ്ടബോധവും വേദനയും ചെറുതല്ല. എന്നാൽ ഞങ്ങളിൽപ്പെട്ട ഒരാളെ കൊന്നതുകൊണ്ട് പ്രവർത്തനങ്ങളിൽനിന്നും പിന്മാറുകയില്ലാ, കൂടുതൽ കരുത്തോടെ ഗൗരി ലങ്കേഷ് ഏറ്റെടുത്ത കർമ്മപദ്ധതികൾ പൂർത്തീകരിക്കാൻ മുന്നോട്ട് പോകുകയാണ്. ഞങ്ങൾ തളരില്ല.

സിരിമനെ നാഗരാജ് – പൗരാവകാശ പ്രവർത്തകൻ (മുൻ നക്സലൈറ്റ്)

എന്നെപ്പോലുള്ള നക്സലൈറ്റുകളെ സായുധ സമരത്തിന്റെ തീച്ചൂളയിൽ നിന്നും പൊതുപ്രവർത്തനത്തിലേക്കും സാധാരണ ജീവിതത്തിലേക്കും തിരിച്ചുകൊണ്ട് വന്നതിൽ ഗൗരി ലങ്കേഷിന്റെ പങ്ക് ഏറ്റവും വലുയതാണ്. ഇന്ന് ഞാൻ ആക്ടിവിസ്റ്റായി പ്രവർത്തിക്കുന്നതിന് പ്രധാനകാരണം ഗൗരിയാണ്. ആ ഗൗരിയെ പതിയിരുന്നു വെടിവെച്ച് കൊല്ലുമ്പോൾ സംഭവിക്കുന്നത് ജനാധിപത്യത്തിന്റെ മരണവും ഫാസിസത്തിന്റെ ദുസ്സാമർത്ഥ്യവുമാണ്. ഗൗരി മരിച്ചിട്ടില്ല, എന്നെപ്പോലെ ലക്ഷക്കണക്കിന് മനുഷ്യരെ ഫാസിസത്തിനെതിരെ ആവേശഭരിതരാക്കിക്കൊണ്ട് എന്നും ജീവിച്ചിരിക്കും.

2

ഗൗരി ലങ്കേഷ് ഫാസിസത്തിന്റെ രക്തസാക്ഷി

അർദ്ധരാത്രിയിൽ ഇന്ത്യയുടെ രാഷ്ട്രീയ സ്വാതന്ത്ര്യപ്രഖ്യാപനമുണ്ടായി. ഇരുളിൽ വന്നുവീണ വെളിച്ചമായി ഇന്ത്യൻ ജനത അതാഘോഷിച്ചപ്പോൾ, ഭരണകൂടഭീകരതയാൽ ഒളിവിലും തെളിവിലും കഴിഞ്ഞിരുന്ന രാഷ്ട്രീയപ്രതിയോഗികളും ബുദ്ധിജീവികളും അന്ന് രാഷ്ട്രത്തെ ഓർമ്മപ്പെടുത്തി; ഇത് 'ജനകീയ സ്വാതന്ത്ര്യമല്ല, ബ്രിട്ടീഷ് സാമ്രാജ്യശക്തികളിൽനിന്നും ഇന്ത്യൻ ബൂർഷ്വാസിയിലേക്ക് വന്നുചേർന്ന അധികാരക്കൈമാറ്റമാണെന്ന്, സാധാരണക്കാരന്റെയും പാവപ്പെട്ടവന്റെയും പാർശ്വവല്ക്കരിക്കപ്പെട്ടവന്റെയും സ്വാതന്ത്ര്യം അകലെയാണെ'ന്നും അവർ വിളിച്ചുപറഞ്ഞു. 2017 ആഗസ്ത് പതിനഞ്ചിന് രാഷ്ട്രം എഴുപതാം സ്വാതന്ത്ര്യദിനാഘോഷം കൊണ്ടാടിക്കഴിഞ്ഞ് ഇരുപതു ദിവസം കഴിഞ്ഞപ്പോൾ ബംഗ്ലൂരുവിൽ മാധ്യമ പ്രവർത്തകയും ആക്ടിവിസ്റ്റുമായ ഗൗരി ലങ്കേഷ്, രാത്രിയിൽ ജോലി കഴിഞ്ഞു വരുന്നതിനിടയിൽ, വീട്ടുപടിക്കൽ കാർ നിർത്തി ഗേറ്റ് തുറക്കാനായി മുന്നോട്ടു വരുമ്പോൾ, അവരുടെ പ്രവർത്തനങ്ങൾ അഹിതകരമായതിന്റെ പേരിൽ ഏതാനും ഭീരുക്കൾ വീടിനു പിന്നിൽ ഒളിച്ചു നിന്ന്, അവരുടെ നേരെ ഏഴു നിറയൊഴിച്ചു. മൂന്നു ഉണ്ടകൾ ശരീരത്തിൽ തുളച്ചു കയറിയതോടെ ആ ധീരവനിത ശരീരം ചലനമറ്റു. രാഷ്ട്രീയസ്വാതന്ത്ര്യം നേടിയെന്നു നാം വനിതയുടെ അവകാശവാദം മുഴക്കുമ്പോഴും ധീരമായി അഭിപ്രായമുള്ള വ്യക്തികളെ വകവരുത്താനുള്ള സ്വാതന്ത്ര്യത്തെയാണ് എഴുപതുകൊല്ലം മുൻപ് നമ്മൾ അഹിംസാസമരത്തിന്റെ മാസ്മരശക്തിയിലൂടെ നേടിയെടുത്തത് എന്ന നഗ്നയാഥാർത്ഥ്യം ജനാധിപത്യ-സ്വാതന്ത്ര്യബോധമുള്ള ഏതു പൗരനെയും സ്വയം അപമാനിതനാക്കുന്നു..! ആയിരമായിരം ധീരദേശാഭിമാനികൾ കർമ്മനിരതമായ സമരങ്ങളിലൂടെ നേടിയെടുത്ത സ്വാതന്ത്ര്യ

ത്തിന്റെ മഹത്വം...! ജീവനും ജീവിതവും ബലിയർപ്പിച്ചു നേടിയ സ്വാതന്ത്ര്യത്തിന്റെ നവീനവ്യാഖ്യാനം..!

ഹീനമായ ഈ കൊലപാതകവാർത്ത ലോകംമുഴുവൻ ഞെട്ടലോടെ കേൾക്കുകയും വിട്ടുവീഴ്ചയില്ലാതെ അപലപിക്കുകയും ചെയ്തപ്പോൾ രാഷ്ട്രീയ എതിരാളികളെ ആയുധം കൊണ്ട് വകവരുത്തുന്നതിനെതിരെ പ്രതികരിക്കാൻ നമ്മുടെ രാഷ്ട്ര സാരഥികളിൽ പ്രധാനിക്കായില്ല എന്നതും നാണം കെടുത്തുന്ന വസ്തുതയാണ്. അതോടൊപ്പം രാജ്യം ഭരിക്കുന്ന പാർട്ടിയുടെ അറിയപ്പെടുന്ന അനുയായികൾ ആ നെറികെട്ട പകപോക്കലിനെ പരസ്യമായി ആഘോഷിച്ചതും ഇന്ത്യൻ സാമൂഹിക മനസ്സാക്ഷിയെ പൊള്ളലേല്പിച്ച സംഭവങ്ങളാണ്. വിവരമറിഞ്ഞപ്പോൾ, ആ രാത്രി പത്തര മണിയോടെ നൂറുകണക്കിനു ബംഗ്ലൂർ നഗരവാസികൾ പ്രതിഷേധ പ്രകടനം നടത്തുകയും പ്രതികളെ കണ്ടെത്തി മാതൃകാപരമായി ശിക്ഷിക്കണമെന്നു ആവശ്യപ്പെടുകയും ചെയ്തു.

ഫാസിസ്റ്റു വിരുദ്ധത

ഗൗരിലങ്കേഷിന്റെ ശത്രുക്കൾ ആരായിരുന്നു...? ജനങ്ങളും പൊലീസും ഒരുപോലെ അന്വേഷിക്കുന്ന കാര്യം. ജീവിച്ചിരുന്നപ്പോൾ ഇടപെട്ട കേസുകളുമായി ബന്ധപ്പെട്ടവർക്കറിയാം അവർ ആരായിരുന്നുവെന്ന്. ഗൗരിലങ്കേഷ് ഏറ്റുമുട്ടിയത് വർഗ്ഗീയ വാദികളോടായിരുന്നു. അവർ സന്ധിയില്ലാ സമരം ചെയ്തത് രാജ്യത്തിന്റെ അഖണ്ഡതയെ ഛിന്നഭിന്നമാക്കി, മതത്തിന്റെയും ജാതിയുടെയും പേരിൽ തമ്മിലടിപ്പിച്ച് മനുഷ്യനെ ദുർബ്ബലനാക്കി രാഷ്ട്രീയ മുതലെടുപ്പ് നടത്തുന്നവർക്കെതിരെയായിരുന്നു. അവർ ചോദ്യം ചെയ്തത് രാജ്യത്തിന്റെ സ്വത്ത് ഉന്നത സ്വാധീനമുപയോഗിച്ച് അഴിമതിയിലൂടെ നേടിയെടുക്കുന്ന രാഷ്ട്രീയ നേതാക്കളോടായിരുന്നു. അവർ മാതൃഭാഷയിൽ അച്ചടിക്കുന്ന ടാബ്ലോയിഡ് പത്രത്തിലൂടെ തന്റെ തൂലികയിൽ തീ പടർത്തിക്കൊണ്ടെഴുതിയത്, പണവും അധികാരവുമുപയോഗിച്ച് സമൂഹത്തിന്റെ താഴെത്തട്ടിൽ കിടക്കുന്ന ന്യൂനപക്ഷങ്ങളെയും ദളിതരെയും ആദിവാസികളെയും അടിച്ചമർത്തി രാഷ്ട്രീയമായും സാമ്പത്തികമായും ശാരീരികമായും ചൂഷണം ചെയ്യുന്ന സാമൂഹിക വിരുദ്ധർക്കെതിരെയായിരുന്നു. അന്ധവിശ്വാസങ്ങളും അനാചാരങ്ങളും നിലനിർത്തി സാമ്പത്തികമായും സാമൂഹികമായും എന്നും മനുഷ്യനെ ചൂഷണം ചെയ്യുന്ന വരേണ്യവർഗ്ഗത്തിനെതിരെയാണ് അവരെന്നും എഴുതിയതും പ്രസംഗിച്ചതും പ്രവർത്തിച്ചതും. പുരുഷന്റെ ലൈംഗികോപകരണമായി ഉപയോഗിക്കപ്പെടുകയും ആവശ്യം കഴിഞ്ഞാൽ ജീവിതത്തിൽനിന്നും വെട്ടിമാറ്റപ്പെടുകയും ചെയ്യുന്ന നീറുന്ന പെൺമനസ്സിന്റെ ആത്മാഭിമാനം വീണ്ടെടുക്കുന്നതിനായിരുന്നു അവർ മുന്നിൽ നിന്ന് പ്രവർത്തിച്ചത്. ഹിംസാത്മകമായ തലയറുക്കൽ സിദ്ധാന്തത്തിലൂടെ ദിശമാറി നടക്കുന്ന മാവോയിസ്റ്റുകളെ ആയുധം താഴെവെപ്പിച്ചുകൊണ്ട് മുഖ്യധാരാ രാഷ്ട്രീയത്തിലേക്ക് തിരിച്ചുകൊണ്ടുവരാനായി

ഗോവിന്ദ് പൻസാരെ *കൽബുർഗ്ഗി* *ധാബോൽകർ*

രുന്നു അവരുടെ ശ്രമങ്ങൾ. സമാധാനത്തിന്റെ ശാന്തി സന്ദേശ പൗരാവകാശങ്ങൾക്കു വേണ്ടി സൗഹാർദ്ദവേദിയും സമാധാനവേദിയും കെട്ടിപ്പടുത്ത്, രാഷ്ട്രീയ കാപട്യങ്ങളെ സമൂഹത്തിനു മുന്നിൽ തുറന്നു കാണിച്ച് വെളുത്ത ഉയരം കുറഞ്ഞു മെലിഞ്ഞ ഗൗരിലങ്കേഷ് എന്ന അമ്പത്തഞ്ചു വയസ്സുകാരിയായ മുതിർന്ന മാധ്യമപ്രവർത്തകയായ ഒരു അമ്മ, യാതൊരു തരത്തിലും ഭീകരജീവിയായി ആർക്കും തോന്നിയിട്ടില്ല. കനയ്യ കുമാറും ജിഗ്നേഷ് മേവാനിയും ഉമർഖാലിദും ചന്ദ്രശേഖർ ആസാദും ഷെഹലറഷീദും സ്നേഹാദരങ്ങളോടെ "അമ്മേ" എന്നുവിളിക്കുന്ന മാതൃസഹജമായ വാത്സല്യം കൊണ്ട് മനുഷ്യനെ കീഴടക്കിയ ഒരു സ്ത്രീയായിരുന്നു അവർ. എന്നാൽ, ഏതു ഫാസിസ്റ്റ് ശക്തികളുടെയും സാമൂഹ്യവിരുദ്ധ പ്രവർത്തനങ്ങളെയും കത്തിച്ച് ചാമ്പലാക്കാൻ പ്രാപ്തമായ തീജ്ജ്വാലകൾ അവരുടെ വാക്കുകളിൽ നിന്നും പാറിപ്പറക്കുന്നുണ്ടായിരുന്നു. ഗൗരി ലങ്കേഷ് കൊല്ലപ്പെടുന്നതിന് മുമ്പ് ഗോവിന്ദ് പൻസാരെയെയും പ്രൊഫ. എം എം കൽബുർഗ്ഗിയെയും നരേന്ദ്ര ധാബോൽക്കറെയും അഹിതമായ സത്യങ്ങൾ വിളിച്ചു പറഞ്ഞതിന്റെ പേരിൽ, ഇതേ രീതിയിൽ അജ്ഞാതരായ ആളുകൾ കൊലപ്പെടുത്തിയിരുന്നു.

ഗൗരിലങ്കേഷ് ഒരു മാധ്യമപ്രവർത്തകയായിരുന്നു, ആക്ടിവിസ്റ്റായിരുന്നു. നൂറ്റിമുപ്പതു കോടിയോളം ജനങ്ങൾ ജീവിക്കുന്ന ഒരു രാജ്യത്തിൽ, പത്തോ പന്ത്രണ്ടായിരമോ കോപ്പികൾ മാത്രം അച്ചടിക്കുന്ന വാരികയുടെ ഈ പത്രാധിപരെ ഇവർ എന്തിനു ഭയക്കുന്നു? സ്വന്തമായി നടത്തുന്ന ഈ വാരിക കന്നഡഭാഷയിൽ മാത്രം അച്ചടിക്കുന്ന ഒരു പ്രസിദ്ധീകരണമായിരുന്നു. രാജ്യത്തെ വൻമാധ്യമഭീമന്മാരെ മുഴുവൻ വരുതിയിലാക്കാനും അവരെ കൂലിയെഴുത്തുകാരാക്കാനും ശേഷിയുള്ള അധികാരകേന്ദ്രമാണ് അവർക്കെതിരെ നിറയൊഴിക്കാൻ ക്വട്ടേഷൻ കൊടുത്തത് എന്ന് ന്യായമായും ഈ ജനത സംശയിക്കുന്നുണ്ട്. കൊലയാളികൾ അവരുടെ ഏതോ വ്യക്തിപരമായ വൈരാഗ്യം തീർക്കാൻ സ്വന്തമായി ആസൂ

ത്രണം ചെയ്തു കൊന്നതാണ് ഇതെന്ന് ആരും വിശ്വസിക്കുന്നില്ല. കഴിഞ്ഞ പതിനേഴു കൊല്ലമായി ഗൗരിലങ്കേഷ് എന്ന പത്രപ്രവർത്തക നടത്തിക്കൊണ്ടിരിക്കുന്ന സന്ധിയില്ലാ സമരത്തിൽ സഹികെട്ട ചില ഫാസിസ്റ്റു ശക്തികൾ അവരെ വകവരുത്തി തലവേദനയൊഴിവാക്കാൻ ശ്രമിക്കുകയായിരുന്നു എന്നാണു ജനസംസാരം. പാവപ്പെട്ടവന്റെയും ആദിവാസികളുടെയും ന്യൂനപക്ഷങ്ങളുടെയും ദളിതരുടെയും സ്ത്രീകളുടെയും നെഞ്ചിലൂടെ നടത്തിയ പടയോട്ടങ്ങൾക്കു പ്രതിരോധം തീർക്കുന്ന ആരായാലും യാതൊരു തത്ത്വദീക്ഷയുമില്ലാതെ വകവരുത്തും എന്നതാണ് കൊന്നവരുടെ അഹങ്കാരം. ഇതാണ് രാഷ്ട്രീയം.

ഗീബൽസ് തന്ത്രം-ഹിറ്റ്ലറുടെ വഴി

എല്ലാ ഫാസിസ്റ്റും ഭീരുക്കളാണെന്നാണ് ചരിത്രം തെളിയിക്കുന്നത്. ആശയത്തെ ആശയം എന്ന ആയുധംകൊണ്ട് നേരിടാനറിവുണ്ടെങ്കിൽ കത്തിയും വടിവാളും തോക്കും ബോംബുമൊന്നും ഉപയോഗിക്കേണ്ടിവരില്ല. ആശയത്തെ ആശയംകൊണ്ട് നേരിടാൻ അറിവ് വേണം. അറിവില്ലാത്തവന്റെ കൈയിലുള്ള ആയുധമാണ് കത്തിയും തോക്കും വടിവാളും ബോംബും. അതുകൊണ്ടാണ്, മദ്ധ്യവയസ്കയായ ഒരു സ്ത്രീയെ രാത്രി ഒളിച്ചു നിന്ന് വെടിവെച്ചു കൊന്നിട്ട് മോട്ടോർ ബൈക്കിൽ കയറി രക്ഷപ്പെടാൻ ക്വട്ടേഷൻ കൊടുത്തത്. അവർ വിവരംകെട്ടവർ ആണെന്ന് മാത്രമല്ല, ഭീരുക്കൾ കൂടിയാണ്. വിവരം കെട്ടവരും ഭീരുക്കളുമാണെന്ന് കരുതി അവരെയങ്ങനെ എഴുതിത്തള്ളാൻ നോക്കേണ്ട. അവർക്ക് അധികാരമുണ്ട്, അവർക്കു ആളുകളെ വിലയ്ക്കു വാങ്ങാൻ പണമുണ്ട്. എന്ത് നുണയും തെറ്റും തോന്ന്യാസവും പറയാനും, അതെല്ലാം ശരിയാണെന്നു പ്രചരിപ്പിക്കാനും അവരുടെ കൈയിൽ പ്രചാരകരുണ്ട്, സന്നദ്ധ സേനകളുണ്ട്. നുണയെ നൂറ്റൊന്നാവർത്തിച്ചാൽ സത്യത്തിന്റെ ക്ഷീരബലയാകുമെന്നു വിശ്വസിപ്പിച്ചു പ്രവർത്തിച്ച കുപ്രസിദ്ധനായ ഗീബൽസാണവരുടെ ഗുരു. മണി പവർ കൊണ്ടും മസിൽ പവർകൊണ്ടും മനുഷ്യനെ ഭയപ്പെടുത്താനും മയപ്പെടുത്താനും വരുതിയിലാക്കാനും അവർ കൊല്ലങ്ങളായി പരിശീലനം നേടിവരികയാണ്. ദിനംതോറും തടിച്ചു കൊഴുത്തു പർവ്വതാകാരം പൂണ്ട് കീചകനെപ്പോലെ അട്ടഹസിക്കുകയാണ്, അവർ ഹിറ്റ്ലറുടെ വഴിയിലാണ്..!

പ്രതിഷേധ പ്രകടനറാലി

ഗൗരിലങ്കേഷ് കൊല്ലപ്പെട്ടാൽ അവരെക്കൊണ്ടുള്ള എല്ലാ ശല്യവും അവസാനിക്കുമെന്ന് കൊലയാളികൾ വിശ്വസിച്ചു കാണണം. എന്നാൽ, അടുത്ത ചൊവ്വാഴ്ച സെപ്തംബർ പന്ത്രണ്ടാം തീയതി ബംഗ്ലൂർ മജെസ്റ്റിക് റയിൽവേ സ്റ്റേഷൻ പരിസരത്തുനിന്നാരംഭിച്ച പ്രതിഷേധ പ്രകടന റാലിയിൽ പങ്കെടുത്ത പതിനായിരത്തിലേറെ ജനങ്ങൾ ജീവിച്ചിരുന്ന ഗൗരിയേക്കാൾ ശക്തിയോടെ വിളിച്ചു പറഞ്ഞു. "നാനൂ ഗൗരീ, നാവെ

ല്ലരു ഗൗരീ" (ഞാനും ഗൗരിയാണ്, ഞങ്ങളും ഗൗരിമാരാണ്) ഞങ്ങളെയെല്ലാവരെയും വെടിവെച്ച് കൊല്ലൂ എന്നാണവർ വിളിച്ചു പറഞ്ഞത്. അവരിൽ ഒരാളെയായിരുന്നു അവർക്കു നഷ്ടമായത്. അടങ്ങാത്ത നഷ്ടബോധവും അമർഷവും രോഷവും പ്രതിഷേധവും ആ വാക്കുകളിൽ ജ്വാലയായി ആളിക്കത്തുന്നുണ്ടായിരുന്നു. അവരെ സ്നേഹിക്കുന്നവരും ഗൗരിയെ ഒരിക്കൽപ്പോലും കണ്ടിട്ടില്ലാത്തവരും അവരുടെ കൊലപാത

നാനൂ ഗൗരീ, നാവെല്ലരു ഗൗരീ പ്രതിഷേധ പ്രകടനം

കത്തിൽ നിന്നും പ്രതികാരാഗ്നി പടർത്തിക്കൊണ്ട് പരസ്യമായി പ്രഖ്യാപിച്ചു. "ഞാനും ഗൗരിയാണ്, ഞങ്ങളും ഗൗരിമാരാണ്, ഞങ്ങളെയും കൊല്ലൂ."

മനുഷ്യനെ കൊന്നാലും മനുഷ്യമസ്തിഷ്കത്തിലൂടെ പ്രവഹിക്കുന്ന വിചാരങ്ങളെ കൊല്ലാൻ കഴിയില്ലെന്ന് കൊലയാളികൾക്കറിയില്ലായിരിക്കാം. പക്ഷേ, ഗൗരിയുടെ കൊലപാതകത്തിൽ സന്തോഷിച്ചവരും കൊല്ലിച്ചവരും ഇന്നറിയുന്നു, ജീവിച്ചിരുന്ന ഗൗരിയേക്കാൾ ഭയപ്പെടേണ്ടത് രക്തസാക്ഷിയായ ഗൗരിയെയാണെന്ന്.

3

പി ലങ്കേഷിന്റെ മകൾ

പി ലങ്കേഷ്

കോളേജ് അദ്ധ്യാപകനായി ജീവിതമാരംഭിച്ച പി ലങ്കേഷ്, ബഹുമുഖ കഴിവുകളുടെ സംഗമകേന്ദ്രമായിരുന്നു. കവിയും കഥാകൃത്തും നോവലിസ്റ്റും നാടകകൃത്തും സംവിധായകനും ചലച്ചിത്ര സംവിധായകനും നടനും എല്ലാമായി കലാസാംസ്കാരിക രംഗത്തെ നിറവായിരുന്നു അദ്ദേഹം. സംസ്ഥാന കേന്ദ്ര സാഹിത്യ അക്കാദമി അവാർഡുകളും, ഏറ്റവും നല്ല ചലച്ചിത്ര സംവിധായകനുള്ള അവാർഡുകളും ഏറ്റവും നല്ല സിനിമയ്ക്കുള്ള അവാർഡും അദ്ദേഹത്തെ തേടിയെത്തിയിട്ടുണ്ട്. 1980 ൽ കന്നഡഭാഷയിൽ സ്വന്തം പേരിൽ *ലങ്കേഷ് പത്രിക* എന്ന പതിനാറു പേജ് മാത്രം വരുന്ന ഒരു ടാബ്ലോയ്ഡ് ആരംഭിക്കുകയും സാംസ്കാരിക വിമർശനം സൂക്ഷ്മമായി നടത്തുകയും ചെയ്തതോടെ സമൂഹത്തിലെ അനുപമ വ്യക്തിത്വമായി അദ്ദേഹം ഉയർന്നു.

കന്നഡ സാഹിത്യം ആധുനികവല്ക്കരിക്കപ്പെടുന്നത് ലോഹ്യസോഷ്യലിസ്റ്റായിരുന്ന ഗോപാലകൃഷ്ണ അഡിഗെ എന്ന കവിയിലൂടെയാണ്. അദ്ദേഹത്തിൽനിന്നും കാലം കടന്നു പോയപ്പോൾ പുതിയ ഭാവുകത്വങ്ങളുടെ അന്വേഷണം തുടർന്നുകൊണ്ടേയിരുന്നു. ഗോപാലകൃഷ്ണ

അഡിഗെയിൽനിന്നും ഊർജ്ജം സംഭരിച്ചുകൊണ്ട്, ജാതിവിവേചനത്തിനും നിലനില്ക്കുന്ന നിരവധി അസമത്വങ്ങൾക്കും അനീതികൾക്കുമെതിരെ തൂലിക ചലിപ്പിച്ച എഴുത്തുകാരായിരുന്നു പി ലങ്കേഷ്, പ്രൊഫ. യു ആർ അനന്തമൂർത്തി, പൂർണ്ണചന്ദ്രതേജസ്വി എന്നിവർ. മൂന്നുപേരും കർണ്ണാടകത്തിലെ സമീപദേശത്തു നിന്നും വന്നവർ മാത്രമല്ല, ലോഹ്യ സിദ്ധാന്തത്തിൽ വിശ്വസിച്ചിരുന്നവരുമാണ്. അക്കൂട്ടത്തിൽ പ്രശസ്തരായിരുന്ന നിസാർ അഹമ്മദും ചന്ദ്രശേഖര കമ്പാറും കുവെമ്പുവും ഉണ്ടായിരുന്നു.

ഗൗരി ലങ്കേഷ്-ജേർണലിസ്റ്റ്

പി ലങ്കേഷിന്റെ ഭാര്യ ഇന്ദിര ലങ്കേഷ്. അവർക്ക് രണ്ടു പെണ്മക്കളും ഒരു ആൺകുട്ടിയുമായിരുന്നു. മൂത്തമകൾ ഗൗരിലങ്കേഷ്, രണ്ടാമത്തെ മകൾ കവിത ലങ്കേഷ്, കലാമൂല്യമുള്ള സിനിമകൾ സംവിധാനം ചെയ്തു കന്നഡ സിനിമാസ്വാദകരുടെ സ്നേഹാദരങ്ങൾ ആർജ്ജിച്ചെടുത്ത ഉയർന്ന മൂല്യബോധമുള്ള കലാകാരി. മൂന്നാമത്തെയാൾ ഇന്ദ്രജിത്ത് സിനിമാ നിർമ്മാതാവും സംവിധായകനുമായി പ്രവർത്തിക്കുന്നു.

ഗൗരി ലങ്കേഷ് യൗവ്വന കാലം

1962 ജനുവരി 29 നാണ് ഗൗരി ലങ്കേഷ് ജനിച്ചത്. ബാംഗ്ലൂർ, ബസവനഗുഡി നാഷണൽ കോളേജിൽ നിന്നും ബിരുദമെടുത്ത ശേഷം ദൽഹി ഇന്ത്യൻ ഇൻസ്റ്റിറ്റ്യൂട്ട് ഓഫ് മീഡിയ ആന്റ് കമ്യൂണിക്കേഷനിൽ (ഐ ഐ എം സി) നിന്നും ജേർണലിസത്തിൽ പോസ്റ്റ് ഗ്രാജുവേറ്റ് ഡിപ്ലോമ പാസായി ഫ്രീലാൻസ് ജേണലിസ്റ്റ് ആയി ജീവിതമാരംഭിച്ചു. തുടർന്ന് *ടൈംസ് ഓഫ് ഇന്ത്യ*യുടെ സബ് എഡിറ്ററും കോളമിസ്റ്റുമായി ജോലി ചെയ്തിരുന്നു.

തൊള്ളായിരത്തി എൺപതുകളുടെ അന്ത്യവർഷങ്ങളിലാണ് *ടൈംസ് ഓഫ് ഇന്ത്യ*യിൽ ജോലി ചെയ്തിരുന്ന ചിദാനന്ദരാജ്ഘട്ടെയുമായി സ്നേഹബന്ധത്തിലാവുന്നതും തുടർന്ന് ആ ബന്ധം വിവാഹത്തിലെത്തുന്നതും. അഞ്ചു വർഷങ്ങൾ കഴിഞ്ഞപ്പോഴേക്കും അവർ

തമ്മിൽ ബന്ധം നിയമപരമായി വേർപെടുത്തുകയും ചെയ്തു. രാജ്ഘട്ടെയുമായി ബന്ധം വേർപെടുത്തിയെങ്കിലും തുടർന്നും ഗാഢമായ സൗഹൃദം അവർ തമ്മിൽ പുലർത്തിയിരുന്നു. അദ്ദേഹം പിന്നീട് വിവാഹം കഴിച്ച സ്ത്രീയുമായും ഗൗരി നല്ല സൗഹൃദത്തിലായിരുന്നു. ചിദാനന്ദ രാജ്ഘട്ടെ പിന്നീട് *ടൈംസ്* പ്രസിദ്ധീകരണത്തിന്റെ ഉന്നത പദവിയിലേക്ക് ഉയരുകയും ഇപ്പോൾ അമേരിക്കയിൽ താമസിച്ചുകൊണ്ട് അവരുടെ റസിഡന്റ് എഡിറ്റർ ആയി പ്രവർത്തിക്കുകയും ചെയ്യുന്നു.

ചെറുപ്പം മുതലേ ഗൗരിലങ്കേഷ് നല്ലവായനക്കാരിയായിരുന്നു. അച്ഛൻ ലങ്കേഷിന്റെ വിപുലമായ വായനാലോകത്തേക്ക് കടന്നുചെല്ലുന്നതിലും ദേശീയവും അന്തർദ്ദേശീയവുമായ വീക്ഷണം വെച്ചു പുലർത്തുന്നതിലും അവർ തല്പരയായിരുന്നു. പ്രത്യേകമായ രാഷ്ട്രീയ പ്രസ്ഥാനങ്ങളോടോ രാഷ്ട്രീയ പ്രത്യയശാസ്ത്രങ്ങളോടോ ആഭിമുഖ്യമുണ്ടായിരുന്നില്ലെങ്കിലും ശരി-തെറ്റുകളെ വ്യവച്ഛേദിച്ചറിയുന്നതിൽ അവരുടെ ഉള്ളിന്റെ ഉള്ളിൽ ഒരു അളവുകോലുണ്ടായിരുന്നു. ധാർമ്മികതയുടെയും പുരോഗമന വീക്ഷണത്തിന്റെയും മാനവികതയുടെയും വിശാലമായ സ്നേഹത്തിന്റെയും അന്തർധാര അവരുടെ എല്ലാ ചെയ്തികളെയും സ്വാധീനിച്ചിരുന്നു. വിട്ടുവീഴ്ചയില്ലാത്ത സാമൂഹിക നീതിയും ഉന്നതമായ ജനാധിപത്യബോധവും കുറവില്ലാത്ത മതേതരവിശ്വാസവും സത്യസന്ധമായ നിലപാടുകളും അവരിൽ അലിഞ്ഞു ചേർന്നത്, ഈ വായനയിൽനിന്നും ചിന്തയിൽനിന്നുമാണ്.

അവരുടെ ജീവിത വീക്ഷണം വ്യക്തമായി രൂപപ്പെടുന്നതിന് അനുകൂലമായ സാഹചര്യം വീട്ടിലും *ലങ്കേഷ് പത്രിക*യിൽ നടക്കുന്ന സംവാദങ്ങളും കൗമാരത്തിന്റെ അന്തിമഘട്ടത്തിൽ തന്നെ ഉണ്ടായി. വീട്ടിലെ സാംസ്കാരിക ചർച്ചകളിൽ അവർ സജീവമായിരുന്നു. അച്ഛന്റെ ആശയങ്ങളോട് വളരെ അടുത്ത് തന്നെയാണ് അവർ ചേർന്ന് നിന്നിരുന്നത്. അവർ വായിച്ചിരുന്നതും അധികം ഇംഗ്ലീഷ് ഗ്രന്ഥങ്ങളും പത്രമാസികകളുമായിരുന്നു. വിദ്യാഭ്യാസം പൂർത്തിയാക്കി ഒരു ജേർണലിസ്റ്റായി ജീവിതം തെരഞ്ഞെടുത്തപ്പോൾ എഴുതാൻ തുടങ്ങിയത് മാതൃഭാഷയായ കന്നഡയിലായിരുന്നില്ല. വിദ്യാഭ്യാസം നേടിയ ഇംഗ്ലീഷ് ഭാഷയിലായിരുന്നു. ഗൗരിലങ്കേഷ് അനായാസമായി ഇംഗ്ലീഷ് കൈകാര്യം ചെയ്യുമായിരുന്നു.

വിവാഹം കുടുംബജീവിതം

ചിദാനന്ദരാജ് ഘട്ടെയുമായി ചെറിയൊരു കാലംമാത്രം നീണ്ട വിവാഹജീവിതം വേർപിരിഞ്ഞപ്പോൾ പിന്നീടൊരു വിവാഹ ജീവിതത്തെക്കുറിച്ച് ചിന്തിക്കാൻ ഗൗരിലങ്കേഷിനു സമയം കിട്ടിയില്ല. എന്നാണവർ ഒരു ഇന്റർവ്യൂവിൽ പറഞ്ഞത്. ഭർത്താവും മക്കളുമില്ലെങ്കിലും ദളിത് വിദ്യാർത്ഥി നേതാക്കളായ ജിഗ്നേഷ് മേവാനിയെയും ജെ എൻ യു വിദ്യാർത്ഥി നേതാവായ കനയ്യാ കുമാറിനെയും – രണ്ടു മക്കളെ – ദത്തെ

ടുത്തതായി പറയാറുണ്ട്. അവരുമായി നിരന്തരം ഫോണിലും മറ്റും ബന്ധപ്പെടാറുണ്ടായിരുന്നു.

ടൈംസ് ഓഫ് ഇന്ത്യ (*Times of India*)യിൽ ജോലിയിൽ ചേർന്നു. *മിറർ* (*Mirror*) എന്ന പ്രസിദ്ധീകരണത്തിന്റെ സബ് എഡിറ്റർ ആയി കുറച്ചു വർഷങ്ങൾ കഴിഞ്ഞിരുന്നു. ആ പ്രസിദ്ധീകരണത്തിൽ ആഴ്ചയിൽ ഒരു ദിവസം വരുന്ന പംക്തിയായിരുന്നു. പിന്നീട് ഗൗരി ലങ്കേഷ് എഴുതിയിരുന്നത്. തുടർന്ന് വിദേശ മാസികകളിലും അവർ ലേഖനങ്ങൾ എഴുതിയിരുന്നു. രണ്ടായിരത്തിൽ അച്ഛൻ മരിക്കുമ്പോൾ *ഈ നാട്* എന്ന തെലുങ്കു ചാനലിൽ മാധ്യമപ്രവർത്തനം നടത്തുകയായിരുന്നു.

'മഹിളാ ദൗർജന്യ വിരോധികേ സമിതി'യംഗം

സ്ത്രീകളുടെയും കുട്ടികളുടെയും നേർക്കുണ്ടാകുന്ന ആക്രമണങ്ങളും പീഡനങ്ങളും അന്വേഷിക്കാനും അതിനു വേണ്ടുന്ന പരിഹാരങ്ങൾ നിർദ്ദേശിക്കാനും സിദ്ധരാമയ്യ സർക്കാർ രൂപീകരിച്ച ഉഗ്രപ്ര ചെയർമാനായ 'മഹിളാ ദൗർജന്യ വിരോധികേ സമിതി' (സ്ത്രീപക്ഷ സംരക്ഷണ സമിതി)അംഗമായിരുന്നു ഗൗരി ലങ്കേഷ്. ഗൗരി ലങ്കേഷിന്റെ ആത്മാർത്ഥമായ സ്ത്രീപക്ഷ നിലപാടുകളും ഈ വിഷയത്തിലുള്ള അവഗാഹവും സ്ത്രീകളുടെ പ്രശ്നങ്ങൾ വരുമ്പോൾ ഓടിയെത്താനുള്ള സന്മനസ്സും ദുരിതമനുഭവിക്കുന്ന സ്ത്രീജനങ്ങൾക്ക് വലിയൊരാശ്വാസമായിരുന്നു.

അന്ന പൊളിറ്ക്കോവ്സ്ക്കിയ പുരസ്കാരം (മരണാനന്ത ബഹുമതി)

അവകാശങ്ങൾക്കുവേണ്ടി പോരാടുന്ന സ്ത്രീകൾക്ക് RAW (Reach All Women in War) ഏർപ്പെടുത്തിയ അന്തർദ്ദേശീയ മരണാനന്തര ബഹുമതി ഈ വർഷം (2017) ഗൗരിലങ്കേഷിനു നല്കാൻ തീരുമാനിച്ചു. ഇന്ത്യയിൽ നിന്നും ആദ്യമായിട്ടാണ് ഒരു വനിതയെ ഈ അവാർഡിനായി തെരഞ്ഞെടുക്കുന്നത്. 2006 ൽ റഷ്യയിൽ സ്ത്രീകളുടെ അവകാശങ്ങൾക്കു വേണ്ടി പോരാടി മരിച്ച അന്നപോളിറ്ക്കോവ്സ്ക്കിയ എന്ന സ്ത്രീയുടെ പേരിൽ ഏർപ്പെടുത്തിയ പന്ത്രണ്ടാമത് പുരസ്കാരത്തിനാണ് ഗൗരിലങ്കേഷിനെ തെരഞ്ഞെടുത്തത്.

കർണ്ണാടകത്തിൽ നിന്നും, 'മുരളീധര കാഞ്ചനെ' അവാർഡും മരണാനന്തര ബഹുമതിയായി ഗൗരിയെ തേടിയെത്തി. എസ്റ്റാബ്ലിഷ്മെന്റിന്റെ യാതൊരാനുകൂല്യങ്ങൾക്കും ഔദാര്യങ്ങൾക്കും പുരസ്കാരങ്ങൾക്കും വേണ്ടി നട്ടെല്ലുവളയാത്ത ഗൗരിലങ്കേഷിനു ആർക്കെങ്കിലും എന്തെങ്കിലും കൊടുക്കണമെങ്കിൽ അത് മരണാനന്തരം മാത്രമേ കഴിയൂ എന്ന് അവരുടെ ജീവിതം സാക്ഷ്യപ്പെടുത്തുന്നു.

4

ലങ്കേഷ് പത്രികെ

ആയിരത്തിത്തൊള്ളായിരത്തി എൺപത്-ഗൗരിലങ്കേഷിനു പതിനെട്ടു വയസ്സുള്ളപ്പോഴാണ് അച്ഛൻ പി ലങ്കേഷ് *ലങ്കേഷ് പത്രികെ* എന്ന പ്രസിദ്ധീകരണം തുടങ്ങിയത്. കന്നഡയിലെ പ്രമുഖരായ എല്ലാ സാഹിത്യ സാംസ്കാരിക നായകരും *ലങ്കേഷ് പത്രിക*യുടെ താളുകൾ ധന്യമാക്കിയവരിൽ ഉൾപ്പെടുന്നു. അന്വേഷണാത്മക ജേർണലിസം (Investigative Journalism) ആദ്യമായി കർണ്ണാടകത്തിൽ വിജയകരമായി പരീക്ഷിച്ചതും ജനകീയമാക്കിയതും *ലങ്കേഷ് പത്രികെയായി*രുന്നു. അക്കാലത്തു ഒരു *ലങ്കേഷ് പത്രിക*യും വാങ്ങിപ്പോകുന്ന ആളുകളെ സമൂഹം അറിവിന്റെ അടയാളപ്പെടുത്തലായിട്ടായിരുന്നു കണ്ടിരുന്നത്. അത് സ്റ്റാറ്റസിന്റെ ചിഹ്നമായിരുന്നു.

സമൂഹത്തിന്റെ സമസ്ത മണ്ഡലങ്ങളെയും പുരോഗമനപരമായ - സാഹിത്യം, നാടകം, നവസിനിമ - സമീപനത്തോടെ വീക്ഷിക്കാൻ ഈ വാരിക കർണ്ണാടക സമൂഹത്തിനു പ്രേരണ നല്കി. ഓരോ രംഗത്തും പ്രവർത്തിച്ചിരുന്ന പ്രതിഭാശാലികളെയും *ലങ്കേഷ് പത്രിക* ഉൾക്കൊള്ളുകയായിരുന്നു. അതോടൊപ്പം തന്നെ യുവാക്കളുടെ നവസമീപനങ്ങളെ ജനശ്രദ്ധയിലേക്ക് കൊണ്ടു വരുന്നതിൽ ഗണ്യമായ പങ്കുവഹിച്ചതോടെ ഈ വാരികയുടെ സ്വാധീനം വർദ്ധിക്കുകയും ചെയ്തു.

കർണ്ണാടകത്തിന്റെ രാഷ്ട്രീയരംഗത്തും ഈ *ലങ്കേഷ് പത്രികെ* വിമർശനപരമായി ഇടപെട്ടതോടെ അതിന്റെ എഡിറ്ററും ഉടമയുമായ പി ലങ്കേഷിനു പലതരത്തിലുള്ള പ്രതിസന്ധികളും നേരിടേണ്ടി വന്നു. രാഷ്ട്രീയ ചിന്തകനായിരുന്ന രാം മനോഹർ ലോഹ്യയുടെ ആശയങ്ങളോട് ചേർന്ന് നിന്നിരുന്ന ആശയ നിലപാടുകളായിരുന്നു അദ്ദേഹത്തിന്റേത്. സംസ്ഥാനത്തു നിലനിന്നിരുന്ന നാടുവാഴി സവർണ്ണ മനോഭാവ

ത്തോട് സന്ധിയില്ലാത്ത സമരം നയിച്ചതും ഈ പ്രസിദ്ധീകരണമായിരുന്നു. കർണ്ണാടക സമൂഹത്തോടും സംസ്കാരത്തോടും പുരോഗമനപരമായ നിലപാടുകളിലൂടെ തന്റെ അഭിപ്രായം വെട്ടിത്തുറന്നു പറഞ്ഞതിന്റെ പേരിൽ യാഥാസ്ഥിതികരായ രാഷ്ട്രീയ നേതൃത്വത്തിന്റെയും പിന്തിരിപ്പൻ ശക്തികളുടെയും ശത്രുവാകേണ്ടിവന്നു. തുരുമ്പ് പിടിച്ച നീതിബോധങ്ങളെയും അന്ധവിശ്വാസങ്ങളെയും അനാചാരങ്ങളെയും തകർത്തെറിഞ്ഞതിനു പി ലങ്കേഷിനു പൊതുവേദിയിൽ വെച്ച് ശാരീരികാക്രമണം നേരിടേണ്ടിവന്നിട്ടുണ്ട്. കന്നഡ ചലുവലി സംഘം പ്രവർത്തകരും ഗുണ്ടകളും അദ്ദേഹത്തിന്റെ നേതൃത്വത്തിൽ നടന്നിരുന്ന ഒരു യോഗത്തിൽ കയറിച്ചെന്ന് വേദിയിലുള്ള പി ലങ്കേഷിനെയും പ്രമുഖ പ്രഭാഷകരെയും മർദ്ദിച്ചവശരാക്കിയത് കർണ്ണാടകം മറന്നിട്ടില്ല. ഒട്ടും കൂസാതെ ധീരതയോടെ *ലങ്കേഷ് പത്രിക* നടത്തിക്കൊണ്ടു പോയ പി ലങ്കേഷിനു കന്നഡികരുടെ ഹൃദയത്തിൽ ഒരു പ്രത്യേക സ്ഥാനമുണ്ട്.

പി ലങ്കേഷിന്റെ മരണം

പ്രശസ്ത ബുദ്ധിജീവിയും പത്രാധിപരുമായിരുന്ന പി ലങ്കേഷ് രണ്ടായിരമാണ്ടിൽ മരണപ്പെട്ടപ്പോൾ ഒരു വൻ മരം തകർന്ന പ്രതീതിയാണ് കർണ്ണാടകത്തിൽ അനുഭവപ്പെട്ടത്. അറുപത്തിനാലാം വയസ്സിൽ അദ്ദേഹം മരിക്കുന്നതിനിടയിൽ കെട്ടഴിച്ചുവിട്ട പുരോഗമന വീക്ഷണത്തിന്റെയും സംസ്കാരവിമർശനത്തിന്റെയും കൊടുങ്കാറ്റിനെ തുടർവഴികളിലേക്കു നയിക്കാൻ വളർന്ന ഒരു വ്യക്തിത്വത്തിന്റെ അഭാവം, സംസ്ഥാനത്തിനു വൻ ശൂന്യതയായി, അന്നുയർന്നുവന്ന വലിയ ചോദ്യം *ലങ്കേഷ് പത്രിക* എന്ന ടാബ്ലോയ്ഡ് തുടരുമോ അതോ ലങ്കേഷിനോടൊപ്പം ആ പ്രസിദ്ധീകരണത്തിന്റെയും അന്ത്യമാകുമോ? ആര് നടത്തിയാലും പി ലങ്കേഷ് എന്ന കലാകാരനും ബുദ്ധിജീവിയുമായ ലങ്കേഷ് ഉയർത്തിപ്പിടിച്ച പത്ര ധർമ്മത്തിന്റെ മൂല്യബോധം തുടർന്നും കർണ്ണാടകത്തിനു ലഭിക്കുമോ?

പി ലങ്കേഷിന്റെ മരണാനന്തര കർമ്മങ്ങൾ കഴിഞ്ഞയുടനെ *ലങ്കേഷ് പത്രിക*യുടെ തുടർന്നുള്ള പ്രസിദ്ധീകരണം എങ്ങനെയെന്നു ഒരു സുഹൃത്തു ചോദിച്ചപ്പോൾ ഗൗരി ലങ്കേഷ് ഇങ്ങനെ പറഞ്ഞു.

"പത്രം തുടർന്നു നടത്തുകയെന്നത് അസാദ്ധ്യമാണ്. അച്ഛന്റെ പാദുകങ്ങൾ എന്റെ കാലുകൾക്കു യോജിക്കില്ല, His shoes were just too big and difficult to fill. അച്ഛൻ പ്രവർത്തിച്ചിരുന്നതു പോലുള്ള പ്രവർത്തനമായിരിക്കും എല്ലാവരും എന്നിൽനിന്നും പ്രതീക്ഷിക്കുക, അതിനെനിക്ക് ഒരിക്കലും കഴിയില്ല."

പത്രാധിപർ മണിയുടെ ചരിത്രഗതിനിർമ്മിതി

വീട്ടിലും വ്യത്യസ്തമായ അഭിപ്രായം ഉണ്ടായില്ല. കഴിഞ്ഞ ഇരു

പതു വർഷമായി *ലങ്കേഷ് പത്രിക*യുടെ പ്രിന്ററും പബ്ലിഷറുമായിരുന്ന മണിസാറിനെ (അദ്ദേഹം *സഞ്ജയ് വാണി* എന്ന കന്നഡ പത്രത്തിന്റെ എഡിറ്ററും ആയിരുന്നു) കണ്ട് അനിയൻ ഇന്ദ്രജിത് 'ഇനി *ലങ്കേഷ് പത്രികെ* തുടർന്ന് നടത്തുന്നില്ല' എന്ന വിവരമറിയിച്ചു. മണിസാറിന്റെ അപ്രതീക്ഷിതമായ പ്രതികരണമാണ് ഈ തീരുമാനത്തിന് ഒരു നാടകീയമായ വ്യതിയാനമുണ്ടാക്കുന്നത്, അദ്ദേഹം ചോദിച്ചു:

"ശ്രീ. പി ലങ്കേഷ് അന്തസ്സായ തന്റെ ജോലിപോലും ഉപേക്ഷിച്ചുകൊണ്ടാണ് ഈ പത്രം തുടങ്ങിയത്. അദ്ദേഹത്തിന്റെ ബുദ്ധിയും അറിവും സമ്പാദ്യവും നേട്ടങ്ങളും എല്ലാം അർപ്പിച്ചത് ഈ പത്രത്തിലാണ്. എന്തെല്ലാം ത്യാഗമാണ് അദ്ദേഹം ഇതിനു വേണ്ടി സഹിച്ചതെന്നു നിങ്ങൾക്കറിയുമോ? ഇന്ന് നിങ്ങൾക്കത് നിർത്തലാക്കാൻ ഒരു നിമിഷം കൊണ്ട് കഴിയും. എന്നാൽ എന്ത് കഷ്ടതയനുഭവിച്ചാണ് നിങ്ങളിത് നിർത്തലാക്കുന്നത്? എന്ത് കാരണം പറഞ്ഞാണ് നിങ്ങളൊരു പ്രസിദ്ധീകരണം നിർത്തലാക്കുന്നത്? നിങ്ങളത് തുടർന്ന് നടത്തണം..."

മണിസാറിന്റെ ആ വാക്കുകൾ ലങ്കേഷ് കുടുംബത്തെ ചിന്തിപ്പിച്ചു. കാലം ചരിത്രത്തെ വഴിമാറി നടത്താൻ, അഥവാ ചരിത്രം രചിക്കാൻ പ്രേരിപ്പിക്കാനായി ചില വ്യക്തികളെ നിയോഗിക്കുന്നു. അക്കൂട്ടത്തിൽ ഒരാളായിരുന്നു, *സഞ്ജയ് വാണി* പത്രാധിപർ മണി സാർ..! ഗൗരിലങ്കേഷിന്റെ ജീവിതഗതിയെ മാറ്റി മറിക്കുകയും കർണ്ണാടക സംസ്ഥാനത്തിന്റെ കഴിഞ്ഞ പതിനേഴു കൊല്ലത്തിലുണ്ടായ രാഷ്ട്രീയ വിഗതികൾക്കും പരിണാമങ്ങൾക്കും ഗൗരി ലങ്കേഷ് എന്ന മാദ്ധ്യമപ്രവർത്തകയുടെ ജീവിതം ആക്ടിവിസത്തിലേക്കു നീങ്ങുന്നതിനും ആ ജീവിതത്തിനു ഇങ്ങനെ ഒരന്ത്യമുണ്ടാകുകയും ചെയ്യുന്നതിന്റെ പിന്നിൽ *സഞ്ജയ്‌വാണി* പത്രാധിപർ മണിയുടെ വാക്കുകളാണ്.

ഗൗരി ലങ്കേഷ് എഡിറ്ററാവുന്നു

പ്രസിദ്ധീകരണം തുടർന്ന് നടത്താൻ തന്നെ തീരുമാനിച്ചു. ലങ്കേഷ് പത്രം നടത്തുന്ന കാലത്തേ അമ്മയ്ക്ക് സ്വന്തമായി സാരിയുടെ കച്ചവടമുണ്ടായിരുന്നു. അവർ അതിലായിരുന്നു മുഴുകിയിരുന്നത്. അവർക്കതിൽനിന്നും പിന്തിരിയാനാവില്ല. അവർക്ക് ഈ പത്രപ്രവർത്തനവും സാംസ്കാരിക വിമർശനവുമൊന്നും അറിയില്ലായിരുന്നു. ഇളയവൾ കവിതാ ലങ്കേഷ് സിനിമയുമായി അടുത്തു കഴിഞ്ഞിരുന്നു. പത്രപ്രവർത്തനം പഠിച്ച, പതിനാറു വർഷമായി മാധ്യമപ്രവർത്തകയായി ജോലി ചെയ്യുന്ന മൂത്തമകൾ തന്നെ വാരിക ഏറ്റെടുത്തു നടത്തട്ടെ, കവിതയും ഇന്ദ്രജിത്തും തങ്ങളുടെ സിനിമാജീവിതം പത്രപ്രവർത്തനത്തിനുവേണ്ടി ഉപേക്ഷിക്കാൻ തയ്യാറായില്ല. അങ്ങനെ ഗൗരി ലങ്കേഷ് എഡിറ്ററായും അനുജൻ ഇന്ദ്രജിത് ലങ്കേഷ് ഉടമയും പ്രിന്ററും പബ്ലിഷറുമായി ലങ്കേഷ് പത്രിക തുടർന്ന് നടത്താൻ ഏതാനും ദിവസങ്ങൾക്കുള്ളിൽ തന്നെ തീരു

മാനമായി. ഗൗരി ലങ്കേഷ് പത്രാധിപരായി ചുമതലയേറ്റെടുത്തു. *ലങ്കേഷ് പത്രിക* എന്ന ടാബ്ലോയ്ഡ് തുടർന്ന് നടത്തി.

മഹാനായ അച്ഛൻ, കവിത, നാടകം, സിനിമ, സാമൂഹിക ജീവിതം എന്നിങ്ങനെ സകല ജീവിതങ്ങളെക്കുറിച്ചും വ്യക്തമായും പുരോഗമന പരമായും അഭിപ്രായമുള്ള ഒരു വ്യക്തി, വിജയകരമായി നടത്തി പ്രചാരവും അംഗീകാരവും ആദരവും നേടിയെടുത്ത വാരിക അതിന്റെ നില വാരം കാത്തുസൂക്ഷിക്കാൻ ആവശ്യപ്പെടുന്നു. പ്രതിഭാധനനായ വലിയൊരു മനുഷ്യന്റെ അനുഭവപാഠങ്ങളും ജീവിതവ്യക്തതയും ശക്തിവിശേഷവുമില്ലാതെ കേവലമൊരു യുവതി അതുവരെ ഭരണരംഗത്തോ ഉള്ളടക്ക വിഭാഗങ്ങളിലോ യാതൊരു ബന്ധവുമില്ലാതെ ഒരു സുപ്രഭാതത്തിൽ അച്ഛന്റെ അസാന്നിദ്ധ്യത്തിൽ പേരും പ്രശസ്തിയുമുള്ള ഒരു വാരികയുടെ അമരക്കാരിയാവുക..!! എല്ലാറ്റിനും പുറമെ അതുവരെ ഇംഗ്ലീഷിൽ എഴുതിയിരുന്ന ഗൗരി ലങ്കേഷിന് കന്നഡഭാഷയിൽ എഴുതാൻ ശീലിക്കണം. അച്ഛൻ മരിക്കുന്നതുവരെ *ലങ്കേഷ് പത്രികെ*യിൽ ഒരു ലേഖനം പോലും എഴുതിയിരുന്നില്ല. ഇനി അതിന്റെ ഭരണനേതൃത്വവും പത്രാധിപത്യവും ഏറ്റെടുക്കണം. വെല്ലുവിളികൾ വരിവരിയായി വന്നു നിന്ന് ഗൗരി ലങ്കേഷിന്റെ മുന്നിൽ നൃത്തം ചെയ്തു. എന്നാൽ എല്ലാ വെല്ലുവിളികളും പുഞ്ചിരിയോടെ ഏറ്റെടുക്കാനുള്ള സ്ഥൈര്യം അവർ ആർജ്ജിച്ചിരുന്നു.

വെല്ലുവിളികൾ ഏറ്റെടുക്കുന്നു

കാലം, തന്റെ ചുമലിൽ ഏല്പിച്ച മഹത്തായ നിയോഗം, ഗൗരി ലങ്കേഷ് ഏറ്റെടുക്കുകയായിരുന്നു. അന്നു വരെ ഇംഗ്ലീഷിൽ ചിന്തിക്കുകയും ഇംഗ്ലീഷിൽ എഴുതുകയും ചെയ്തിരുന്ന ഗൗരി ലങ്കേഷിന്റെ മുന്നിൽ കന്നഡഭാഷയിൽ എഴുതാതെ എങ്ങനെ ഒരു കന്നഡ പത്രപ്രസിദ്ധീകരണത്തിന്റെ അമരത്തു തുടരും എന്നത് ഒരു ചോദ്യചിഹ്നമായി നിന്നു. ധീരതയും പ്രതിബദ്ധതയും നിശ്ചയദാർഢ്യവുമുള്ള ഗൗരി അധികം വൈകാതെ തന്നെ കന്നഡയിൽ ചിന്തിക്കാനും എഴുതാനും ശീലിച്ചു എന്നു മാത്രമല്ല, കന്നഡഭാഷ അനായാസമായി എഴുതുന്നതിൽ അതീവ പ്രാഗൽഭ്യം നേടുകയും ചെയ്തുകൊണ്ട് തന്റെ സുഹൃത്തുക്കളെപ്പോലും അമ്പരപ്പിക്കുകയും ചെയ്തു.

*ലങ്കേഷ് പത്രികെ*യുടെ എഡിറ്ററായി ചുമതലയേറ്റെടുത്തതോടെയാണ് കർണ്ണാടക എന്ന സംസ്ഥാന ചരിത്രത്തെക്കുറിച്ചും അതിന്റെ രാഷ്ട്രീയ അന്തർധാരകളെക്കുറിച്ചും കൂടുതലായി അറിയാനും ഇടപഴകാനും ഇടവന്നത്. ഓരോ വാർത്തകളുടെയും അന്താരാളങ്ങളിലേക്കിറങ്ങി, അതിന്റെ ചരിത്രപരവും രാഷ്ട്രീയവും സാംസ്കാരികവുമായ ഒളിയിടങ്ങൾ തേടി അവർ നടന്നു. രാത്രികളുടെ അന്ത്യയാമങ്ങൾ വരെ രേഖകൾ പരിശോധിക്കാനും കമ്പ്യൂട്ടറിന്റെ സഹായത്തോടെ കൂടുതൽ റഫറൻസുകൾ നടത്താനും ശ്രമിച്ചു. പിതാവിൽനിന്നും ലഭ്യമായ

ദാർശനിക ബോധം കൊണ്ടും വായനാർജ്ജിത വിജ്ഞാനംകൊണ്ടും ആത്മാർത്ഥവും സത്യസന്ധവുമായ അന്വേഷണം കൊണ്ടും സഹപ്രവർത്തകരുടെ ആത്മാർത്ഥ സഹകരണം കൊണ്ടും വാർത്തകളിലെ ന്യായങ്ങളെ കടുക് കീറി പരിശോധിക്കാനും വിശകലനം ചെയ്യാനും ശീലിച്ചു. രാഷ്ട്രീയ ധാർമ്മികതയെക്കുറിച്ചും മാനവികമൂല്യങ്ങളെക്കുറിച്ചും യാതൊരു തരത്തിലുള്ള ആശയക്കുഴപ്പങ്ങളോ ചാഞ്ചാട്ടങ്ങളോ അവിടെ വേട്ടയാടിയില്ല. സുവ്യക്തവും സുതാര്യവും ജനകീയവുമായ നിലപാടുകളിലൂടെ വായനക്കാരനെ ബോദ്ധ്യപ്പെടുത്താൻ അവർ അശ്രാന്തം പരിശ്രമിച്ചു. കൃത്യമായ രേഖകളും ആവശ്യമായ തെളിവുകളും വസ്തുതാപരമായ അനുഭവങ്ങളും മുന്നിലില്ലാതെ യാതൊരു അഭിപ്രായപ്രകടനങ്ങളും നിലപാടുകളും അവർ എടുത്തില്ല. അന്വേഷണാത്മക പത്രപ്രവർത്തനം അതിന്റെ ഏറ്റവും സൂക്ഷ്മമായ, കൃത്യമായ രീതിയിൽ തന്നെ അവർ കൈകാര്യം ചെയ്തു. ഗൗരി ഇടപെട്ടിരുന്ന ഓരോ വിഷയത്തിന്റെയും അടിവേര് അന്വേഷിച്ചുപോയി, വിഷയത്തിന്റെ കാരണക്കാരിലേക്കു നീണ്ടു പോകുമ്പോൾ അത് ചെന്നെത്തിയിരുന്നത് സമൂഹത്തിലെ ഉന്നതരിലായിരുന്നു. അത് പലരിലും അസ്വാരസ്യങ്ങളുണ്ടാക്കി.

സിനിമാരംഗത്ത് പ്രവർത്തിക്കുന്ന ഇന്ദ്രജിത് ലങ്കേഷിനു രാഷ്ട്രീയ സാമൂഹിക വിഷയങ്ങളിൽ താല്പര്യങ്ങളുണ്ടായില്ലെന്നു മാത്രമല്ല, അത്തരം ഇടങ്ങളിൽ നിന്നും അകന്നു നില്ക്കാനാണ് അയാൾ ഇഷ്ടപ്പെട്ടത്. സമൂഹത്തിലെ ഉന്നതരുടെ അപ്രിയവും അനിഷ്ടവും ശത്രുതയും ആണ് ഗൗരിലങ്കേഷിന്റെ അന്വേഷണാത്മക പത്രപ്രവർത്തനംമൂലം സംജാതമാവുന്നത് എന്ന യാഥാർത്ഥ്യം അയാളെ അസ്വസ്ഥനാക്കി. അതേസമയത്ത് പാവങ്ങളും ദളിതരും ന്യൂനപക്ഷ വിഭാഗങ്ങളും സ്ത്രീകളും ഗൗരി ലങ്കേഷിനെ കുടുംബാംഗമായി സ്നേഹിച്ചിരുന്നു. എന്നത് അയാൾക്ക് കാണാനായില്ല. പിതാവ് ലങ്കേഷ് തുടർന്നു വന്ന നിലപാടുകൾ തുടരാനും കൂടുതൽ തീക്ഷ്ണമാക്കാനുമാണ് ഗൗരി ലങ്കേഷ് തീരുമാനിച്ചത്. പ്രൊഫഷണൽ വളർച്ചയും വ്യക്തിനേട്ടങ്ങളും മാത്രമുണ്ടാക്കുക, എന്ന വർത്തമാനകാല പ്രയോജനവാദികളിൽനിന്നും ഭിന്നമായി, മനസ്സാക്ഷിക്കനുസൃതമായി ആത്മസംതൃപ്തി പ്രദാനം ചെയ്യുന്ന തൊഴിൽ ചെയ്യുക എന്നതായിരുന്നു ഗൗരി ലങ്കേഷ് കാത്തുസൂക്ഷിച്ച പ്രത്യയശാസ്ത്രം, അതവർ പലരോടും തുറന്നു പറഞ്ഞിട്ടുമുണ്ട്.

രാഷ്ട്രീയം, ആക്ടിവിസം..

അയോദ്ധ്യയിലെ ബാബറി പള്ളി പൊളിക്കണം എന്നാവശ്യപ്പെട്ടതുപോലെ സംഘപരിവാർ നേതൃത്വം കൊടുക്കുന്ന സന്നദ്ധ സംഘടനകൾ, ചിക്കമഗ്ലൂർ ജില്ലയിൽ, നിലനില്ക്കുന്ന ബാബുബുഡൻ ഗിരി എന്ന സൂഫി സന്ന്യാസിമഠം, കടന്നുകയറി സ്വന്തമാക്കാൻ ശ്രമം നടക്കുന്നതും

തൊണ്ണൂറുകളുടെ അന്ത്യത്തിൽ തന്നെയാണ്. ഈ വിഷയം ചൂട് പിടിച്ചത് രണ്ടായിരമാണ്ടിനു ശേഷമാണ്. ആ വിഷയവുമായി ബന്ധപ്പെട്ട വാർത്തകൾ ലഭിക്കുകയും പഠനങ്ങൾ ആവശ്യമാവുകയും ചെയ്തപ്പോൾ ഗൗരി ലങ്കേഷ് പ്രശ്നങ്ങൾ സൂക്ഷ്മവിശകലനത്തിനു വിധേയമാക്കി. തീവ്ര ഹിന്ദുത്വ ശക്തികൾക്കെതിരെയുള്ള പൊതു സമൂഹത്തിന്റെ നിലപാടുകളുമായി തുലനം ചെയ്തു. ആ വിഷയവുമായി ആഴത്തിലിറങ്ങി ചെന്നപ്പോൾ, തുടർന്നുള്ള കാലം ഒരു മാധ്യമപ്രവർത്തക എന്ന നിലയ്ക്കുമപ്പുറം ഒരു ആക്ടിവിസ്റ്റായി മാറുക എന്ന ആന്തരിക പരിവർത്തനത്തിനു ഗൗരി ലങ്കേഷ് വിധേയമായിക്കഴിഞ്ഞിരുന്നു.

5

ബാബാ ബുഡൻ ഗിരി

കാലം രണ്ടായിരമാണ്ടു മദ്ധ്യത്തോടടുക്കുന്നു. *ലങ്കേഷ് പത്രികെ*യിലേക്ക് ബാബാ ബുഡൻഗിരി എന്ന സ്ഥലത്തെക്കുറിച്ചുള്ള സംഘർഷഭരിതമായ വാർത്തകൾ എന്നും വന്നുകൊണ്ടിരിക്കുന്നു. അവിടെയൊരു ക്ഷേത്രമുണ്ടായിരുന്നുവെന്നും അതുകൊണ്ട് ഈ മഠം തങ്ങൾക്കുകൂടി അവകാശപ്പെട്ടതാണ് എന്നും ഹൈന്ദവ സമൂഹത്തിന്റെ തീവ്രപക്ഷനേതാക്കൾ അവകാശപ്പെടുന്നു. എന്നാൽ മതേതരവാദികളും ന്യൂനപക്ഷസമൂഹങ്ങളും ആ വാദത്തെ ശക്തമായി ഖണ്ഡിക്കുന്നു. സാമൂഹികാന്തരീക്ഷത്തിൽ പുകഞ്ഞു നില്ക്കുന്ന ഈ വിഷയത്തിൽ വ്യക്തമായ നിലപാടെടുക്കണം. പലരും പല അഭിപ്രായങ്ങൾ പറയുന്നു. വിഷയത്തിൽ നേരത്തെ ഇടപെട്ട മതേതരരാഷ്ട്രീയ പാർട്ടികളുടെ നേതാക്കളോടും സംഘപരിവാർ സംഘടനകളോടും ചോദിച്ചറിഞ്ഞും ചരിത്രരേഖകൾ പരിശോധിച്ചും ഗൗരിലങ്കേഷ് വിഷയം സമഗ്രമായി പഠിച്ചു. മുൻധാരണയോടെ ഒരു വിഷയവും സമീപിക്കാൻ ഗൗരിലങ്കേഷ് തയ്യാറായില്ല. അവർ എഴുതുന്നതും പ്രസിദ്ധീകരിക്കുന്നതും പ്രസംഗിക്കുന്നതുമായ കാര്യങ്ങൾ ആധികാരികമായിരിക്കണമെന്ന നിർബ്ബന്ധം എന്നും ഉണ്ടായിരുന്നു. കോടതി വിധികളും ചരിത്രരേഖകളും സത്യസന്ധവും വസ്തുനിഷ്ഠവുമായ പഠനത്തിന് വിധേയമാക്കി.

ചരിത്രവും വസ്തുതകളും

പടിഞ്ഞാറൻ കർണ്ണാടകത്തിൽ ചിക്കമംഗ്ലൂരിൽ പട്ടണത്തിൽനിന്നും മുപ്പതുകിലോ മീറ്റർ ദൂരെയുള്ള ചന്ദ്രദോണ പർവ്വതത്തിന്റെ മുളയണഗിരി എന്ന ശിഖരത്തിൽ പതിനൊന്നാം നൂറ്റാണ്ടിൽ സൗദി അറേബ്യയിൽനിന്നും പ്രവാചകൻ മുഹമ്മദ് നബിയുടെ ശിഷ്യപരമ്പരയിൽ നിന്ന്

എന്നു പറയപ്പെടുന്ന അബ്ദുൾ അസീസ് മാക്സി എന്നൊരു സൂഫി പണ്ഡിതൻ, ഇസ്ലാമിന്റെ സമാധാനസന്ദേശം പ്രചരിപ്പിക്കാനായി മലബാർ-മംഗലാപുരം വഴി കർണ്ണാടക സംസ്ഥാനത്തിന്റെ തണുത്ത കാറ്റു വീശുന്ന പ്രദേശമായ ചിക്കമംഗ്ലൂരിൽ പതിനൊന്നാം നൂറ്റാണ്ടിൽ (എഡി 1005 ൽ എന്നാൽ ചിലർ എട്ടാം നൂറ്റാണ്ടിൽ വന്നു എന്നും പറയുന്നു) എത്തുകയുണ്ടായി. അദ്ദേഹം, ദാദാഹസറത്ത് ദാദാഹയാത്കലന്ധർ എന്ന പേരിൽ അറിയപ്പെട്ടിരുന്നു. സമ്പന്നരായ പ്രഭുക്കളും ജന്മിമാരും സാധുക്കളായിരുന്ന നാട്ടുകാരെ ഉപദ്രവിച്ചുകൊണ്ട് ക്രൂരമായി അടിമവേല ചെയ്യിക്കുന്ന സംഭവങ്ങളാണ് അദ്ദേഹമവിടെ കണ്ടത്. മനുഷ്യത്വഹീനമായ ഈ പ്രവണതക്കെതിരെ ബോധവല്ക്കരണം നടത്തുകയും ജാതിവിഭജനത്തിലൂടെ മനുഷ്യനെ ചൂഷണം ചെയ്യുന്നതിൽനിന്നും ജന്മിവർഗ്ഗത്തെ പിന്തിരിപ്പിക്കുകയും ചെയ്യുക എന്ന മാനവികാധിഷ്ഠിത ധർമ്മം ഏറ്റെടുത്തു മുന്നോട്ടുപോയപ്പോൾ ജനങ്ങളദ്ദേഹത്തെ സ്നേഹിക്കുകയും ആദരിക്കുകയും ആരാധനയോടെ ഹൃദയത്തിൽ പ്രതിഷ്ഠിക്കുകയും ചെയ്തു. എന്നാൽ വരേണ്യവർഗ്ഗ പ്രഭുക്കൾ അദ്ദേഹത്തെ ഉപദ്രവിക്കാൻ ശ്രമിക്കുകയുണ്ടായെന്നും അതൊന്നും അദ്ദേഹത്തിന് ഏശിയില്ലെന്നും പറയുന്നു. കാലങ്ങൾക്കു ശേഷം ദത്തഹയാത് സൗദി അറേബിയയിയേക്കു തിരിച്ചുപോയി.

അതേയിടത്തിൽ ദത്തത്രയസ്വാമിയായി ഒരാൾ ഉണ്ടായിരുന്നുവെന്നും ചിലർ വിശ്വസിക്കുന്നുണ്ട്. ഈ ദാദാഹയാത്കലന്ധർ എന്ന സൂഫി സന്ന്യാസിയും ദത്തത്രയസ്വാമിയും ഒന്നാണെന്നും ശൈവ-വൈഷ്ണവ-സൂഫി സംസ്കാരങ്ങളെ സംയുക്തമായി ഉൾക്കൊള്ളുന്ന പ്രതിഭാസമാണ് അവിടെയുള്ള സംസ്കാരമെന്നും ദത്തഹയാത് 'അവധൂത'നായിരുന്നുവെന്നും നാട്ടുകാർ തലമുറകളായി വിശ്വസിക്കുന്നു. അവിടെയുണ്ടായിരുന്ന ജനങ്ങളിൽ ഭൂരിഭാഗവും ദളിതരും താഴ്ന്ന ജാതികളിലെ ഹിന്ദുക്കളുമായിരുന്നു.

ബാബാബുഡൻ എന്ന സൂഫി സന്ന്യാസി

തല നിറയെ സൂഫി സിദ്ധാന്തങ്ങളും, തോളിൽ നിറഞ്ഞ ഭാണ്ഡക്കെട്ടുകളിൽ കാപ്പിക്കുരുവുമായി, ചുട്ടു പൊള്ളുന്ന മണൽക്കാടുകൾ നിറഞ്ഞ ഇറാഖിന്റെ തലസ്ഥാന നഗരിയായ ബാഗ്ദാദിൽനിന്ന് ബാബാബുഡൻ എന്ന ഒരു സൂഫി സന്ന്യാസി പതിനേഴാം നൂറ്റാണ്ടിൽ മുളയണഗിരിക്കുന്നിൽ എത്തുകയുണ്ടായി. അദ്ദേഹം നേരത്തെ സൂചിപ്പിച്ച ദത്തഹയാത്തിന്റെ പുനരവതാരമാണെന്നും ജനങ്ങൾ വിശ്വസിക്കുന്നു. അദ്ദേഹം താമസിച്ച മലയായതുകൊണ്ട് ബാബാ ബുഡൻഗിരിയെന്നു സ്ഥലം അറിയപ്പെടുകയും ചെയ്തു. അദ്ദേഹം ഇന്നത്തെ ചിക്കമംഗ്ലൂർ ജില്ലയിലെ ജനങ്ങളെ അന്ധവിശ്വാസങ്ങളിൽനിന്നും ജാതി വിഭജന സമ്പ്രദായത്തിൽനിന്നും മോചിപ്പിക്കുന്ന ഉദ്ബോധനം നടത്തും ബാഗ്ദാദിൽ നിന്നും കൊണ്ടുവന്ന കാപ്പിക്കുരുക്കൾ പാകി കാപ്പിത്തോട്ടങ്ങൾ വച്ചു

പിടിപ്പിച്ചു. ഈ കാര്യങ്ങളാണ് സൂഫി സന്ന്യാസിയുടെ പ്രധാന ചെയ്തികളായി പറയപ്പെടുന്നത്. ക്രമേണ ആ പ്രദേശം മുഴുവൻ കാപ്പിത്തോട്ടങ്ങൾ കൊണ്ട് നിറയുകയും ചെയ്തു.

സൂഫി സന്ദേശങ്ങൾ പ്രചരിപ്പിച്ചുകൊണ്ട് ജീവിതം മുന്നോട്ട് പോയപ്പോൾ അദ്ദേഹം വളരെ പെട്ടെന്ന് നാട്ടുകാരുടെ ഗുരുവായി മാറി. ഇസ്ലാമിന്റെ മതപരമായ യാതൊരു തരത്തിലുള്ള അനുഷ്ഠാനങ്ങളും ആചാരങ്ങളും പിന്തുടരാതെ പ്രവാചകൻ മുഹമ്മദ് നബിയുടെ *ഖുർ ആൻ* വചനങ്ങളിൽ അന്തർല്ലീനമായ ആത്മീയ ദർശനത്തെ കടഞ്ഞെടുത്തു. ആത്മീയ ജീവിതത്തിലൂടെ ജീവിത സായൂജ്യമടയുക എന്നതാണ് സൂഫി സന്ന്യാസികൾ പൊതുവെ പ്രബോധനം നടത്തുന്നത്. അതുകൊണ്ട് ഹൈന്ദവർക്കും ഇസ്ലാമുകൾക്കും ഒരുപോലെ സ്വീകാര്യമായിരുന്നു അദ്ദേഹത്തിന്റെ ഉപദേശങ്ങളും വചനങ്ങളും. സമാദരണീയനായ അദ്ദേഹത്തിന്റെ നേതൃത്വത്തിൽ മതപരമായി ഇസ്ലാമികമോ ഹൈന്ദവമോ ആയ യാതൊരു ആചാരാനുഷ്ഠാനങ്ങളും അവിടെ നടത്തിയിരുന്നില്ല. സൂഫി പണ്ഡിതരുടെ സമാധി അടക്കം ചെയ്ത പുണ്യസ്ഥലവും ഒരു മസ്ജിദും സൂഫി സന്ന്യാസിമാരുടെ ഉപദേശങ്ങൾക്കായി വരുന്ന ജനങ്ങൾക്ക് വേണ്ടി ഒരു ഭക്ഷണശാലയും അവിടെയുണ്ട്. പുണ്യകേന്ദ്രമെന്നു വിശ്വസിക്കുന്ന ഒരു ഗുഹയും ഈ ബാബാ ബുഡൻ എന്ന സൂഫി സന്ന്യാസിയുടേതെന്നു വിശ്വസിക്കുന്ന ഒരു ജോഡി പാദുകവും അവിടെയുണ്ട്. സന്ദർശകർ ആദരവോടെ അതിനെ വന്ദിക്കുന്നു. എന്നതൊഴിച്ചാൽ യാതൊരു തരത്തിലുള്ള ഏതെങ്കിലും മതത്തിന്റെ അനുഷ്ഠാനങ്ങളോ ആചാരങ്ങളോ അവിടെ വർഷങ്ങളായി നടത്താറില്ല. വർഷം തോറും ദത്തഹയാത്തിന്റെ ദിവസമായി നടക്കുന്ന ഒരു നാട്ടുത്സവവും ഡിസംബർ മാസത്തിൽ നടക്കുമായിരുന്നു.

മലകളും മലയിടുക്കുകളും വെള്ളച്ചാട്ടങ്ങളും കാട്ടരുവികളും തടാകങ്ങളും കൊണ്ട് പ്രകൃതി കനിഞ്ഞനുഗ്രഹിച്ച ആ പ്രദേശത്തെ ഇളം കാറ്റിൽ തടവുന്ന കുളിരുകൊള്ളാൻ ആരും കൊതിച്ചുപോകും. അവിടെയിരുന്നു സൂഫി ഗുരുക്കൾ നാട്ടുകാർക്ക് നിസ്വാർത്ഥവും നിർമ്മമവുമായ ആത്മീയ ജീവിതത്തിലേക്ക് നയിക്കുന്ന ഉപദേശങ്ങൾ, കഥകളായും ഗാനങ്ങളായും പറഞ്ഞുകൊടുക്കുമായിരുന്നു. അവിടെയെത്തുന്ന സന്ദർശകരുടെ വൈയക്തിക വേദനകൾക്കും മാനസികവും കുടുംബപരവുമായ സങ്കീർണ്ണപ്രശ്നങ്ങൾക്കും ആത്മീയോപദേശങ്ങളും കൊടുക്കുക എന്നതായിരുന്നു നടന്നുപോരുന്ന കാര്യങ്ങൾ. ശാരീരികമായ അസുഖങ്ങൾക്ക് ചില നാട്ടുമരുന്നുകളും ചികിത്സകളും ഈ സൂഫി സന്ന്യാസിമാർ നിർദ്ദേശിക്കാറുണ്ട്.

മഹാവിഷ്ണുവിന്റെ അവസാനത്തെ അവതാരമായിരുന്ന ഒരു ദത്തത്രയസ്വാമി അവിടെ താമസിച്ചിരുന്നതായും അദ്ദേഹം പ്രാർത്ഥിക്കാൻ ഉപയോഗിച്ചിരുന്ന ഗുഹയാണ് പതിനൊന്നാം നൂറ്റാണ്ടിൽ വന്ന സൂഫി സന്ന്യാസിയായ ദത്തഹയാത് പ്രാർത്ഥനയ്ക്കായി തെരഞ്ഞെടുത്ത

തെന്നും അതുകൊണ്ട് ആ സ്ഥലത്തു ഹിന്ദുക്കൾക്കും അവകാശമുണ്ടെന്നും ഹിന്ദുസംഘടനകൾ അവകാശപ്പെടുന്നു. പ്രസ്തുത ബാബാ ബുഡൻ ഗിരിയും ആ പുണ്യസ്ഥലവും തങ്ങളുടേതാണെന്ന അവകാശ വാദം ഉന്നയിച്ച് അതെല്ലാം പിടിച്ചെടുക്കാൻ സ്വാതന്ത്ര്യാനന്തര മതേതര ഇന്ത്യയിൽ സംഘപരിവാറും അവരുടെ സന്നദ്ധ സംഘടനകളും തീരുമാനമെടുത്തത് പ്രദേശവാദികളെ ഞെട്ടിച്ചു.

കേസിന്റെ നാൾവഴികൾ

1965 ൽ കേന്ദ്രസർക്കാർ മുസ്ലീം മതസ്ഥാപനങ്ങളുടെ ഗുണകരമായ നടത്തിപ്പിനെ ഉദ്ദേശിച്ചു രാജ്യം മുഴുവനുമായുള്ള മുസ്ലീം ദേവാലയങ്ങളും മതസ്ഥാപനങ്ങളും ഏറ്റെടുത്തു നടത്തുന്നതിനായി വഖഫ് ബോർഡ് രൂപീകരിച്ചു. അവർക്കു അധികാരം കൊടുക്കാൻ സംസ്ഥാന സർക്കാരുകൾക്ക് കല്പനകൊടുത്തു. അതനുസരിച്ച് നാലു വർഷങ്ങൾക്ക്ശേഷം കർണ്ണാടക സർക്കാർ വഖഫ് ബോർഡ് രൂപീകരിക്കുകയും ബോർഡിന്റെ കീഴിൽ ബാബാ ബുഡൻഗിരിയും ഏറ്റെടുക്കാൻ തീരുമാനമായി. രണ്ടു വർഷങ്ങൾക്കുശേഷം ബാബാ ബുഡൻ ഗിരിമഠം ഏറ്റെടുക്കുകയും ചെയ്തു. എന്നാൽ ഒരു വർഷത്തിനുള്ളിൽ, 1972 ൽ അത് ഹൈന്ദവർക്കും കൂടി അവകാശപ്പെട്ട സ്ഥാപനമാണെന്നും അത് വഖഫ് ബോർഡ് ഏറ്റെടുത്തത് തടയണമെന്നും ആവശ്യപ്പെട്ട് സംഘപരിവാർ സംഘടനകളായ ബജ്രംഗ്ദളും മറ്റും വാദം ഉന്നയിച്ചുകൊണ്ട് കോടതിയെ സമീപിച്ചു. വർഷങ്ങളുടെ വാദപ്രദിവാദങ്ങൾ കേട്ടശേഷം ഹൈന്ദവർക്കും ആ സ്ഥലത്തു മുൻപത്തെപ്പോലെ പോകാമെന്നും അവരുടെ പ്രാർത്ഥനകളിൽ മുഴുകാൻ തടസ്സമില്ലെന്നുമല്ലാതെ അധികാര സംബന്ധിയായി ബജ്രംഗ്ദളിനു യാതൊരു അവകാശവുമില്ലെന്നും അതിന്റെ നടത്തിപ്പ് മുൻപത്തെ പോലെ സൂഫി സന്ന്യാസിമാരായ മുസാരിമാർക്കു (ദർഗ്ഗമാർക്ക്) തന്നെയാണെന്നും വിധി തീർപ്പുണ്ടായി. അതോടൊപ്പം അവിടെ യാതൊരുതരത്തിലും ഏതൊരു മതത്തിന്റെയും ആചാരാനുഷ്ഠാനങ്ങളോ ചടങ്ങുകളോ പുതിയതായി ആരംഭിക്കാൻ പാടില്ലെന്നും തീരുമാനമുണ്ടായി. പ്രശ്നം അവിടെ അവസാനിച്ചതാണ്. എന്നാൽ സംഘപരിവാറിന്റെ ലക്ഷ്യം അവിടംകൊണ്ട് അവസാനിച്ചില്ല.

ഇതിനു മുൻപ് ഈ ബാബാ ബുഡൻഗിരിയോട് ഒപ്പമുണ്ടായിരുന്ന അറുന്നൂറിൽപ്പരം ഏക്കർ ഭൂമി സർക്കാർ ഏറ്റെടുക്കുകയും ഈ മഠത്തിന്റെ പുണ്യപ്രദേശമടങ്ങുന്ന എഴുപതു ഏക്കർ സ്ഥലം മഠത്തിന് വിട്ടുകൊടുക്കുകയും ഏറ്റെടുത്ത ഭൂമിക്കുള്ള നഷ്ടപരിഹാരത്തുക (Compensation) പ്രതിവർഷം ഭരണാധികാരികളായ മുസാരികളെ സർക്കാർ ഏല്പിക്കാനും ഔദ്യോഗികതീരുമാനമുണ്ടായിരുന്നു.

തൊണ്ണൂറുകളുടെ ആരംഭത്തിൽ ഈ മഠമൊരു ഹൈന്ദവക്ഷേത്രമാണെന്നു സ്വയം പ്രഖ്യാപിച്ചുകൊണ്ട് ആർ എസ് എസിന്റെ നേതൃത്വത്തിൽ ഒരു ഗംഭീര പ്രകടനം നടത്തി. ഈ പ്രകടനത്തിന് നേതൃത്വം

കൊടുത്തത് ബി ജെ പി-ആർ എസ് എസ് നേതാക്കളായ സി ടി രവിയും സുനിൽ കുമാറും ശൃംഗേരി മഠത്തിന്റെ അധിപനായിരുന്ന ജീവരാജ് സ്വാമി തുടങ്ങിയവരുമായിരുന്നു. (ഇങ്ങനെ മതപരമായ മുന്നേറ്റമുണ്ടാക്കാൻ കഴിഞ്ഞതിന്റെ പേരിൽ പിന്നീട് ഈ രണ്ട് നേതാക്കളും ചിക്കമംഗ്ലൂരിൽനിന്നും മാഗ്ലൂർ കർക്കാലയിൽ നിന്നും ബി ജെ പിയുടെ എം എൽ എ മാരായി തിരഞ്ഞെടുക്കപ്പെടുകയും ചെയ്തു)

1997 ൽ അയോദ്ധ്യാ സംഭവത്തിൽനിന്നും പ്രചോദനം ഉൾക്കൊണ്ട്, അതിന്റെ ഭാഗമായി ഈ സ്ഥലത്തു ബ്രാഹ്മണ്യം അനുശാസിക്കുന്ന രീതിയിലുള്ള ഹോമങ്ങളും ഹവനങ്ങളും മന്ത്രങ്ങളുമൊക്കെയുള്ള പൂജയും പ്രാർത്ഥനയും മതാചാരവും നടത്തണമെന്ന് ഒരു അപേക്ഷ ബജ്രംഗ്ദൾ നേതാക്കൾ സർക്കാരിന് സമർപ്പിച്ചു. ഈ വിഷയം വഴിമാറിപ്പോകുന്നതിനും കൂടുതൽ സങ്കീർണ്ണമാകുന്നതിനും സഹായകരമാകുന്ന തീരുമാനമാണ് അന്നത്തെ സംസ്ഥാന ഗവൺമെന്റ് സ്വീകരിച്ചത്. ഹൈന്ദവ വോട്ടുകളെ പ്രീണിപ്പിക്കുന്നതിൽ താല്പര്യം കാണിച്ചുകൊണ്ടോ അഥവാ പ്രസ്തുത അപേക്ഷ നിരസിച്ചാൽ ഹൈന്ദവ സമൂഹത്തിൽ സംഘപരിവാർ പ്രചരിപ്പിക്കുന്ന പാർട്ടിക്ക് ഉണ്ടാകാവുന്ന ഹൈന്ദവ വിരുദ്ധ വികാരത്തെ ഭയപ്പെട്ടുകൊണ്ടോ മുഖ്യമന്ത്രിയും ജനതാദൾ നേതാവുമായ ജെ എച്ച് പാട്ടീൽ ഹൈന്ദവ സംഘടനകളുടെ ആവശ്യം അംഗീകരിച്ചുകൊടുത്തു. കൂടാതെ ഉത്സവം നടത്തുന്നതിലേക്കായി സർക്കാർ ഖജനാവിൽനിന്നും മൂന്നുലക്ഷം രൂപയും മതേതരസർക്കാർ എന്നവകാശപ്പെടുന്ന ജനതാദൾ സർക്കാർ ഹൈന്ദവസംഘടനകൾക്ക് നല്കുകയും ചെയ്തു. ഹൈന്ദവ സംഘടനകൾക്ക് ഓർക്കാപ്പുറത്തുകിട്ടിയ മഹാഭാഗ്യമായിരുന്നു അത്. പിന്നീടവർ ശക്തരാവുകയായിരുന്നു. ഹൈന്ദവവല്ക്കരണമെന്നാൽ ബ്രാഹ്മണവല്ക്കരണമായിരുന്നു, അഥവാ കാവിവല്ക്കരണമായിരുന്നു അവിടെ നടന്നത്. ബാരിക്കേഡുകളും ത്രിശൂലങ്ങളും കാവി നിറത്തിലുള്ള കൊടികളും കൊണ്ട് അവിടം നിറഞ്ഞു. സംസ്കൃത മന്ത്രങ്ങൾ ഉടുവിടുന്ന ബ്രാഹ്മണ സന്ന്യാസികൾ അവരുടെ കർമ്മപരിപാടികൾ ആരംഭിച്ചു.

ശോഭയാത്ര 1997 ഡിസംബർ 3

കേരളത്തിൽ ശബരിമലയിലേക്ക് ഭക്തന്മാർ വ്രതമെടുത്തു വസ്ത്രം മാറി മലകയറി തീർത്ഥാടനം നടത്തുന്നതുപോലെ ബാബാ ബുഡൻഗിരിയിലേക്ക് പോകുന്ന പുതിയൊരു ആചാരം ഹിന്ദുസംഘടനകൾ ആവിഷ്കരിച്ചുകൊണ്ട് കാവിവല്ക്കരണപ്രക്രിയക്ക് ആക്കം കൂട്ടി. അതാണ് ശോഭായാത്ര. മനുഷ്യരെയെല്ലാം സംഘർഷത്തിന്റെയും സംഘട്ടനത്തിന്റെയും മുൾമുനയിൽ നിർത്തുകയായിരുന്നു അത്. 'ദത്താത്രയാപീഠ സംരക്ഷണ സമിതി' (ദത്താത്രയപീഠ സംവർദ്ധന സമിതി) എന്ന സംഘടനയ്ക്ക് സംഘപരിവാർ രൂപം കൊടുത്തു. അന്ധവിശ്വാസങ്ങളും അനാചാരങ്ങളും പുനഃസ്ഥാപിക്കാൻ അവർ ബോധപൂർവ്വമായ ശ്രമം നടത്തി

ശോഭയാത്ര

ക്കൊണ്ടിരുന്നു. നിരുപദ്രവികളായ സൂഫി സന്ന്യാസിമാർക്കെതിരെയും അവിടെയുള്ള മുസ്ലീങ്ങൾക്കെതിരെയും തെറിവാക്കുകളും അസഭ്യവചനങ്ങളുമടങ്ങുന്ന മുദ്രാവാക്യങ്ങൾ മുഴക്കി അന്തരീക്ഷത്തിൽ ഭീതിയും അസ്വസ്ഥതയും പരത്തി. സർക്കാരിന്റെ മൂന്നുലക്ഷം രൂപ ദത്ത ജന്മദിനോത്സവത്തിനായി ഡിസംബർ മാസം അവർക്ക് ലഭിക്കുകയും ചെയ്തു.

മതേതര പ്രതിരോധനങ്ങൾ

ഹൈന്ദവരെന്നും മുസ്ലീങ്ങളെന്നുമുള്ള വേർതിരിവുകളും വിവേചനവും സാമൂഹിക സംഘട്ടനങ്ങളും സംഘർഷങ്ങളും വർദ്ധിച്ചുവരുന്നത് മതേതര മനസ്സുള്ള ചിക്കമംഗ്ലൂരിലെ ജനതയെ അസ്വസ്ഥരാക്കുന്നുണ്ടായിരുന്നു. ഇന്ത്യൻ കമ്യൂണിസ്റ്റ് പാർട്ടിക്ക് സ്വാധീനമുള്ള ചിക്കമംഗ്ലൂർ ജില്ലയിൽ അവരുടെ യുവജനസംഘടനകൾ (AISF-AIYF) മതേതര സന്ദേശം പ്രചരിപ്പിക്കാനും മനുഷ്യനെ ഒന്നായി കാണാനുമുള്ള ധാർമ്മിക ഉത്തരവാദിത്വം ഏറ്റെടുത്തുകൊണ്ട് പ്രവർത്തന പദ്ധതികൾ ആവിഷ്കരിച്ചു. സി പി ഐ നേതാവ് സാതി സുന്ദരേശ് (അന്ന് അഖിലേന്ത്യാ യുവജന ഫെഡറേഷന്റെ സംസ്ഥാന നേതാവായിരുന്നു, പി വി മുകേഷ്, ഡോ. സിദ്ധാനന്ദഗൗഡപാട്ടിൽ തുടങ്ങിയവരും മറ്റു സഖാക്കളും കൂടിയാണ് മതേതരമായ ആഘോഷങ്ങളിലൂടെ സംഘപരിവാറിന്റെ മതപരമായ പ്രവർത്തനങ്ങൾക്കെതിരായി സമാധാനപാതയിലൂടെ

ഈ കാവിവല്ക്കരണത്തിനെതിരെ പോരാട്ടം തുടങ്ങി വെച്ചത്.

അതിനോടൊപ്പംതന്നെ പുരോഗമന എഴുത്തുകാരായ കെ എൽ അശോക്, രവീന്ദ്ര ചെന്നി, പ്രൊഫ. ശ്രീകണ്ഠ കുടികെ, പ്രൊഫ. യു ആർ അനന്തമൂർത്തി മുതലായവരും ജനാധിപത്യ മതേതര വിശ്വാസികളും ചേർന്ന് 'കർണ്ണാടക വിമോചനരംഗ' എന്ന പ്രസ്ഥാനത്തിലൂടെ കാവിവല്ക്കരണപ്രക്രിയയെ തടയിടാൻ ശ്രമം നടത്തി. 1999 ൽ ഷിമോഗ കേന്ദ്രീകരിച്ച് 'ബാബാ ബുഡൻ ഗിരി സമാധാന സമിതി' (ബാബാ ബുഡൻ ഗിരി സൗഹാർദ്ദ വേദികെ) ക്ക് രൂപം കൊടുത്തു. കർണ്ണാടക രാജ്യ ഒരൈത്ത സംഘാ, ദളിത സംരക്ഷണ സമിതി, വിചാരവേദിക (യുക്തിവാദ സംഘം) തുടങ്ങിയ സംഘടനകൾ അതിൽ അണിനിരന്നപ്പോൾ നേതൃത്വം കൊടുക്കാൻ പ്രൊഫ. നഞ്ചുണ്ട സ്വാമി പോലുള്ള കർഷക നേതാക്കളും മുൻനിരയിലുണ്ടായിരുന്നു. 'മനുഷ്യരെ ഭിന്നിപ്പിക്കുന്ന കാവിവല്ക്കരണം അവസാനിപ്പിക്കുക' എന്ന മുദ്രാവാക്യമാണ് അവർ മുഖ്യമായും ഉയർത്തിപ്പിടിച്ചത്.

ഭാവൈകൃത ദത്തജയന്തി – 2001

രണ്ടായിരത്തൊന്നിൽ ഇന്ത്യൻ കമ്യൂണിസ്റ്റ് പാർട്ടിയുടെ യുവജന സംഘടനയുടെ നേതൃത്വത്തിൽ ശാന്തിയുടെയും സമാധാനത്തിന്റെയും സ്നേഹത്തിന്റെയും ഗാനങ്ങളും കവിതകളും ആലപിച്ചു. മനുഷ്യരെ ഒന്നിപ്പിക്കാനും മതമൗലികവാദത്തെ തുരത്താനുമുള്ള ദൗത്യം ഏറ്റെടുത്തു. എന്നാൽ ഈ സമാധാനപരമായ പ്രവർത്തനത്തിനെതിരെ സംഘപരിവാറുകൾ ഗുണ്ടകളെയും റൗഡികളെയും അഴിച്ചുവിട്ടു കുഴപ്പങ്ങൾ സൃഷ്ടിക്കുകയാണുണ്ടായത്. അവിടെയുണ്ടായിരുന്ന ദളിത് മുസ്ലീം കുടുംബങ്ങളെ ആട്ടിയോടിക്കാനുള്ള വിരട്ടലുകൾ നടത്തി. പൊലീസ് ഇടപെട്ട് സമാധാനം പുനഃസ്ഥാപിക്കാൻ ശ്രമിച്ചപ്പോൾ മറ്റൊരു സന്ദർഭത്തിനായി സംഘ പരിവാറുകൾ തൽക്കാലം അടങ്ങി നിന്നു.

ഈ സന്ദർഭത്തിലാണ് ഗുജറാത്തിലെ കുപ്രസിദ്ധമായ ഗോദ്ര സംഭവത്തിന്റെ പശ്ചാത്തലത്തിൽ ആവേശംപൂണ്ട ബി ജെ പി നേതാക്കൾ, ബാബാ ബുഡൻഗിരിയെ അയോദ്ധ്യയാക്കുമെന്നും കർണ്ണാടകത്തെ ഗുജറാത്താക്കി മാറ്റുമെന്നുമുള്ള ഭീഷണി മുഴക്കിയത്. രാഷ്ട്രീയ ബോധവും സാംസ്കാരിക പ്രതിബദ്ധതയുമുള്ള ഏതൊരാളെയും അമ്പരപ്പിക്കുകയും ആശങ്കയിലാഴ്ത്തുകയും ചെയ്ത ആ പ്രസ്താവന നാട്ടിലാകെ ചർച്ചാവിഷയമായി.

ഗൗരിലങ്കേഷ് രംഗത്ത് – 2002 ൽ

കർണ്ണാടകത്തിന്റെ മതേതരമനസ്സിൽ ഭീതിയുടെ തീ ആളിപ്പിടിക്കുകയായിരുന്നു. ബുദ്ധിജീവികളും എഴുത്തുകാരും മാധ്യമപ്രവർത്തകരും സാംസ്കാരിക നായകരും പശ്ചിമദക്ഷിണ കർണ്ണാടകം കേന്ദ്രീകരിച്ചു

ആലോചനാ യോഗങ്ങളും പ്രവർത്തനങ്ങളും സംഘടിപ്പിച്ചു. ഈ സന്ദർഭത്തിന്റെ രാഷ്ട്രീയ ഗൗരവം തിരിച്ചറിഞ്ഞാണ് ഗൗരിലങ്കേഷ് സുധീരം തന്റെ കൈയിലുള്ള അക്ഷരങ്ങളുമായി അതിനെ വഹിക്കുന്ന *ലങ്കേഷ് പത്രികെ*യുമായി പോരാട്ടത്തിൽ പങ്കുചേരാൻ തീരുമാനിച്ചത്. ജീവിതം ഹ്രസ്വമാണെന്നും ഓരോ നിമിഷവും ധീരമായിരിക്കുകയാണ് ഏതൊരു മനുഷ്യന്റെയും കർത്തവ്യമെന്ന് അവർ തീരുമാനിച്ചുറപ്പിച്ചിരുന്നു. വി എസ് ശ്രീധരൻ, മരുളു സിദ്ധപ്പ, ഗിരീഷ് കർണ്ണാട് മുതലായ പ്രമുഖ എഴുത്തുകാരോടൊപ്പമാണ് ഗൗരി ലങ്കേഷ് സ്ഥലം ആദ്യമായി സന്ദർശിക്കുന്നതും കാര്യങ്ങൾ നേരിട്ടറിയുന്നതും.

ഇന്ത്യൻ കമ്യൂണിസ്റ്റ് പാർട്ടി, കമ്യൂണിസ്റ്റ് പാർട്ടി ഓഫ് ഇന്ത്യ (മാർക്സിസ്റ്റ്) ഇന്ത്യൻ കമ്യൂണിസ്റ്റ് (മാർക്സിസ്റ്റ്-ലെനിനിസ്റ്റ്) തുടങ്ങിയ ഇടതുപക്ഷ പ്രസ്ഥാനങ്ങൾ അവരുടെ വർഗ ബഹുജന സംഘടനകൾ ദക്ഷിണകന്നഡ സുന്നി വിദ്യാർത്ഥി സംഘടന, കർണ്ണാടകഫോറം ഫോർ ഡിഗ്നിറ്റി (പോപ്പുലർ ഫണ്ട്), ദളിത് സാസംഘം, ജമാഅത്തെ ഇസ്ലാമി, DSS തുടങ്ങിയ ഇരുപതിലേറെ സംഘടനകൾ എന്നിവയ്ക്ക് പുറമെ എഴുത്തുകാർ, ബുദ്ധിജീവികൾ, യുക്തിവാദികൾ, മതേതരവാദികൾ എന്നിവരെയെല്ലാം ഒരു കൊടിയുടെ കീഴിൽ അണിനിരത്തി സംസ്ഥാന വ്യാപകമായി, 'ബാബാ ബുഡൻ ഗിരി സമാധാന സമിതി' (ബാബാ ബുഡൻ ഗിരി സൗഹാർദ്ദവേദികെ) എന്ന സംഘടനയെ വിപുലീകരിച്ചുകൊണ്ട് 'കർണ്ണാടക സമുദായസമാധനസമിതി' (കർണ്ണാടക കോമു സൗഹാർദ്ദ വേദികെ) സംഘടിപ്പിക്കാനും സംസ്ഥാനവ്യാപകമായി ആശയപ്രചാരണം നടത്താനും എഴുത്തുകാരെയും മാധ്യമപ്രവർത്തകരെയും മറ്റും അണിനിരത്താനും ഗൗരി ലങ്കേഷിന് കഴിഞ്ഞു. കെ എൽ അശോക്, രവീന്ദ്രചെന്നി, പ്രൊഫ. ശ്രീകണ്ഠകുടികെ, പ്രൊഫ, യു ആർ അനന്തമൂർത്തി മുതലായവർ അവർക്കൊപ്പമുണ്ടായിരുന്നു. ആ മഹത്തായ പ്രസ്ഥാനത്തിന്റെ എൺപതു പേരടങ്ങുന്ന സംസ്ഥാന നിർവ്വാഹക സമിതിയിൽ ഗൗരി ലങ്കേഷ് അംഗമായിരുന്നു.

ഗൗരി ലങ്കേഷ് അറസ്റ്റിൽ - 2003 ഡിസംബർ 7

ഗൗരി ലങ്കേഷിന്റെ രംഗപ്രവേശനത്തോടെ സംഘപരിവാർ വിരുദ്ധ പ്രസ്ഥാനത്തിന് പുതിയ ഉണർവ്വും ഉന്മേഷവും ഉണ്ടായി. 2002 ൽ ഈ കോമു സൗഹാർദ്ദവേദികളുടെ ആഭിമുഖ്യത്തിൽ ദത്തജയന്തി ആഘോഷവും സംഘപരിവാർ നടത്തുന്ന സാമുദായിക സ്പർദ്ധകൾ ഇല്ലാതാക്കാൻ സമാധാന റാലിയും നടത്താൻ തീരുമാനിച്ചു. പ്രസ്തുത റാലി നടത്താൻ അന്നത്തെ കോൺഗ്രസ് മുഖ്യമന്ത്രി എസ് എം കൃഷ്ണ അനുമതി നിഷേധിക്കുകയും തീവ്ര ഹിന്ദു സംഘടനകളുടെ റാലിക്ക് അനുമതി നല്കുകയും ചെയ്തു. ഡിസംബർ ഏഴാം തീയതി സർക്കാർ കല്പന നിഷേധിച്ചുകൊണ്ട് കോമു സൗഹാർദ്ദവേദികെ സർവ്വകക്ഷി പ്രതിധിനികളെയും ചേർത്ത് ആയിരങ്ങൾ പങ്കെടുപ്പിച്ചുകൊണ്ട് ഗംഭീര

പ്രകടനം നടത്തി. നിരവധി പേരെ നേരത്തെ തന്നെ സർക്കാർ അറസ്റ്റ് ചെയ്തു. അറസ്റ്റ് ഒഴിവാക്കാനായി വേഷം മാറിയാണ് ഗൗരി ലങ്കേഷ് ചിക്കമംഗ്ലൂരിലേക്കു പോയതെങ്കിലും പൊലീസ് അവരെയും കണ്ടെത്തി, പിടികൂടി അറസ്റ്റ് ചെയ്തു. എല്ലാ ചെക് പോസ്റ്റുകളും അടച്ചു. എന്നിട്ടും 1500 ൽ പരം ആളുകൾ പങ്കെടുത്ത പ്രകടനം ഗംഭീരമായി നടന്നു.

ഗൗരിലങ്കേഷ് അറസ്റ്റു ചെയ്യപ്പെട്ടിട്ടും സംഘപരിവാറിന്റെ കുൽസിത ശ്രമങ്ങളെ വിമർശിച്ചുകൊണ്ടും സമുദായ സൗഹാർദ്ദ വേദിയുടെ നിലപാടുകൾ വിശദീകരിച്ചുകൊണ്ടും ഉള്ള ആ വാരത്തിലെ *ലങ്കേഷ് പത്രികെ* പ്രസിദ്ധീകരിച്ചു. ലോക്കപ്പിൽനിന്നും പുറത്തിറങ്ങിയതോടെ കൂടുതൽ ശക്തമായ നീക്കങ്ങൾ നടത്താൻ സൗഹാർദ്ദവേദിയുടെ നേതൃത്വനിരയിൽ തന്നെ ഗൗരി ലങ്കേഷ് നിലകൊണ്ടു. എന്നാൽ സംഘ പരിവാർ സംഘടനകൾ അതിനെ ആയുധങ്ങളുമായി എതിർക്കാൻ തീരുമാനമെടുത്തു. രണ്ടായിരത്തില്പരം ജനങ്ങൾ സമാധാനസന്ദേശം ഉയർത്തിക്കൊണ്ട് നടത്താൻ ഉദ്ദേശിച്ച ജാഥയെ സർക്കാർ നിരോധിച്ചു.

അതേമാസം 29-ാം തീയതി സംസ്ഥാനത്തിന്റെ വിവിധഭാഗങ്ങളിൽ നിന്നായി ഇരുപതിനായിരം പേർ പങ്കെടുത്ത മറ്റൊരു റാലി കോമു സൗഹാർദ്ദ വേദി സംഘടിപ്പിച്ചു.

ശോഭായാത്ര നിരോധനം

2004 ൽ മതേതരത്വം പ്രസംഗിക്കുന്ന കോൺഗ്രസും ജനതാദളും ചേർന്നു ഭരണം നടത്തുന്ന കാലത്ത് വീണ്ടും സർക്കാരിനെ സമ്മർദ്ദത്തിലാക്കി കോമു സൗഹാർദ്ദവേദി പ്രചാരണങ്ങളും റാലിയും നടത്തി. സംഘപരിവാർ സംഘങ്ങൾ ഷിമോഗയിലേക്കു ദത്തജയന്തിയാഘോഷം മാറ്റിയപ്പോൾ, അതേ ദിവസം തന്നെ, അതേ സ്ഥലത്ത് വെച്ച് കോമു സൗഹാർദ്ദ വേദിയും ദത്തജയന്തിയാഘോഷങ്ങൾ നടത്താൻ തീരുമാനിച്ചു. സംസ്ഥാനം മുഴുവൻ മൂന്നു മാസം നീണ്ടുനില്ക്കുന്ന പ്രചാരണങ്ങൾ നടത്തി. ഡിസംബർ മാസത്തിൽ സംഘപരിവാർ നടത്തുന്ന ദത്തജയന്തി നിയമപരമായി തടയണമെന്നു കോമു സൗഹാർദ്ദവേദികെ സംഘടിപ്പിച്ച സർവ്വകക്ഷി യോഗത്തിൽ എല്ലാവരും ഒരേ സ്വരത്തിൽ ആവശ്യപ്പെട്ടു. കോൺഗ്രസ് -ജനതാദൾ സർക്കാരിന് ഈ ബഹുജനമുന്നേറ്റത്തെ കണ്ടില്ലെന്നു നടിക്കാനായില്ല. അന്നത്തെ ചിക്കമംഗ്ലൂർ ജില്ലാ കമ്മീഷണർ (കളക്ടർ) രാജേന്ദ്ര കഠാരിയയുടെ ധീരവും മതേതരവുമായ നിലപാടുകളുടെ ഭാഗമായി സംഘപരിവാറിന്റെ ശോഭായാത്രയും അനുബന്ധ പൂജയും ഹോമവും നിരോധിച്ചുകൊണ്ട് ഉത്തരവിറങ്ങി. കോമു സൗഹാർദ്ദ വേദികെ അങ്ങനെ സംഘപരിവാറിന്റെ കടന്നുകയറ്റത്തിനെതിരെ വിജയം വരിച്ച സംഭവമായിരുന്നു അത്.

കേസുമായി മുന്നോട്ട്

കേസ് മുന്നോട്ട് നീങ്ങുകയായിരുന്നു. കീഴടങ്ങാൻ സൗഹാർദ്ദവേദി

തയ്യാറല്ലായിരുന്നു. ക്ഷേത്രം അവിടെയുണ്ടായിരുന്നു എന്ന സംഘപരിവാർവാദം ഖണ്ഡിച്ചുകൊണ്ട് കോമു സൗഹാർദ്ദവേദി കേസ് വാദിച്ചപ്പോൾ സംഘപരിവാർ എതിർക്കുകയുണ്ടായി. എന്നാൽ 2004 ൽ പ്രൊഫ. എസ് ശ്രീധർ, ശിവ് സുന്ദർ, പ്രൊഫ. ശിവരാമായ, റഹ്മത്തു താരീക്കാരെ, പ്രൊഫ. സുധാ സീതാരാമൻ തുടങ്ങിയവർ പഠനം നടത്തി ഹൈക്കോടതിയിൽ ഒരു റിപ്പോർട്ട് സമർപ്പിച്ചു. ഹൈന്ദവാചാരപ്രകാരമുള്ള ദത്ത പീഠമോ ക്ഷേത്രമോ ഉണ്ടായിരുന്നതായി യാതൊരു തെളിവുമില്ലെന്നും അതുകൊണ്ട് ഹൈന്ദവ സംഘടനകളുടെ അവകാശവാദം പൊള്ളയാണെന്നും അവർ നടത്തുന്ന ദത്തജയന്തി ആഘോഷം നിർത്തണമെന്നും അവർ കോടതിയിൽ ആവശ്യപ്പെട്ടു. അതിന്റെ അടിസ്ഥാനത്തിൽ കോടതി അവർക്കു അനുകൂലമായ വിധി കല്പിക്കുകയും ചെയ്തു. എന്നാൽ ഈ കോടതി വിധിക്കെതിരെ സംഘപരിവാർ നേതൃത്വം കൊടുക്കുന്ന ദത്ത പീഠന സംവർദ്ധക (സംരക്ഷണ) സമിതി സുപ്രീം കോടതിയിൽ അപ്പീൽ സമർപ്പിച്ചു. എന്നാൽ സംഘപരിവാർ നടത്തുന്ന എല്ലാ മതപരമായ ആഘോഷങ്ങളും നിർത്തിവെക്കാനും 1989 ഹൈക്കോടതി വിധി പ്രകാരമുള്ള അന്തരീക്ഷം നിലനിർത്താനും (സ്റ്റാറ്റസ്ക്വോ) വിധിയുണ്ടായി. എന്നാൽ ക്ഷേത്രമില്ല എന്ന കമ്മിറ്റി പഠനം ഔദ്യോഗികമല്ലെന്നും അതിനു യാതൊരു ആധികാരികതയുമില്ലെന്നും ഉള്ള സംഘപരിവാർ വാദം അംഗീകരിച്ചുകൊണ്ട് സർക്കാർ തലത്തിൽ ഒരു എൻഡോവ്മെന്റ് കമ്മീഷൻ അന്വേഷണം നടത്തുകയുണ്ടായി. അതിന്റെ ഭാഗമായി, ഒരു പൊതു അന്വേഷണം നടത്താനും അതിന്റെ അടിസ്ഥാനത്തിൽ ഒരു അന്തിമ തീരുമാനം എടുക്കാനും കോടതി വിധി കല്പിച്ചു.

ബി ജെ പി ഭരണം കർണ്ണാടകത്തിൽ 2008–2013

ഇതിനിടയിൽ ബി എസ് യദിയൂരപ്പയുടെ നേതൃത്വത്തിൽ ബി ജെ പി അധികാരത്തിൽ വന്നതോടെ സംസ്ഥാനം മുഴുവൻ സംഘപരിവാർ പ്രസ്ഥാനങ്ങൾ ശക്തരാവുകയും ന്യൂനപക്ഷങ്ങൾക്കും ദളിതർക്കുമെതിരെയുള്ള ആക്രമണങ്ങളും പീഡനങ്ങളും വർദ്ധിക്കുകയും ചെയ്തു. ചിക്കമംഗ്ലൂർ ജില്ലയിലും അതിന്റെ പ്രതികരണങ്ങൾ കാണുകയുണ്ടായി. ഭരണസംവിധാനത്തെ അവർക്കനുകൂലമായി ചലിപ്പിക്കുകയും അവർ നിശ്ചയിച്ച അജണ്ട പ്രകാരമുള്ള കാര്യങ്ങൾ നടപ്പിലാക്കുവാൻ ശ്രമിക്കുകയും ചെയ്തു.

2010 കാലത്തു ഭരിച്ചിരുന്ന യെദിയൂരപ്പ സർക്കാർ നേതൃത്വം കൊടുത്ത കമ്മീഷൻ, ക്ഷേത്രമുണ്ടായിരുന്നുവെന്നും ഹൈദരാലി രാജാവ് ഭരണം നടത്തിയ കാലത്തു ക്ഷേത്രം തകർത്തതാണെന്നും അതിനനുകൂലമായ ചരിത്രരേഖകൾ നശിപ്പിക്കപ്പെട്ടതാണെന്നും ഉള്ള റിപ്പോർട്ട് നല്കി. എന്നാൽ അത് സത്യവിരുദ്ധമാണെന്നു ചൂണ്ടിക്കാണിച്ചുകൊണ്ട് നിഷ്പക്ഷമായ ചരിത്രകാരന്മാരും പണ്ഡിതരും അടങ്ങുന്ന ഒരു വിദഗ്ദ്ധ

കമ്മിറ്റിയെക്കൊണ്ട് അന്വേഷണം നടത്തണമെന്ന് ഗൗരിലങ്കേഷും കോമു സൗഹാർദ്ദ വേദിയും ആവശ്യപ്പെട്ടു. അത് പരിഗണിച്ചുകൊണ്ട് 2015 മെയ് മാസത്തിൽ ഒരു വിദഗ്ദ്ധ കമ്മിറ്റി രൂപീകരിക്കാൻ സുപ്രീം കോടതി സർക്കാരിനോട് ആവശ്യപ്പെട്ടു. അതനുസരിച്ച് 2017 ജൂലൈ മാസത്തിൽ ജസ്റ്റിസ് നാഗമോഹൻ ദാസ് ചെയർമാനും പ്രൊഫ. റഹ്മത്തു തരീക്കറെ, പ്രൊഫ. എസ് ഷെട്ടാർ എണ്ണിക്കോവർ അംഗങ്ങളായും ഒരു കമ്മിറ്റി നിലവിൽ വരികയും ചെയ്തു. ഗൗരി ലങ്കേഷ് മരിക്കുന്നതിനു കേവലം രണ്ടു മാസം മുമ്പാണ് ഈ സംഭവം നടന്നത്.

സിദ്ധരാമയ്യ അധികാരത്തിൽ – 2013

ഇന്ത്യൻ നാഷണൽ കോൺഗ്രസ് എന്ന പാർട്ടിക്ക് മതേതരത്വം നിലനിർത്താനോ ജനാധിപത്യമൂല്യങ്ങൾ സംരക്ഷിക്കാനോ ന്യൂനപക്ഷാവകാശങ്ങൾ നിലനിർത്തുന്നതിനോ യാതൊരു വിധ താല്പര്യമോ പ്രതിബദ്ധതയോ ഉദ്ദേശ്യ ശുദ്ധിയോ ഇല്ലെന്ന് ഗൗരി ലങ്കേഷ് തിരിച്ചറിഞ്ഞിരുന്നു. എന്നാൽ തന്റെ അച്ഛൻ പി ലങ്കേഷിന്റെ സുഹൃത്തും ലോഹ്യാപക്ഷക്കാരനുമായ സിദ്ധരാമയ്യ അധികാരത്തിലെത്തിയ അവസരം ശരിയായ അർത്ഥത്തിൽ ഉപയോഗപ്പെടുത്താൻ ഗൗരി ലങ്കേഷ് ശ്രമിച്ചു. സിദ്ധരാമയ്യക്ക് വ്യക്തിപരമായും ബി ജെ പി എന്ന പാർട്ടിയോടും അവരുടെ ഭിന്നിപ്പിക്കൽ രാഷ്ട്രീയത്തോടും സന്ധിയില്ലാതെ പൊരുതാനുള്ള ഉൾക്കരുത്തുണ്ടെന്നും അദ്ദേഹവുമായി പല സന്ദർഭത്തിലും അടുത്തിടപഴകിയപ്പോൾ ഗൗരിക്ക് മനസ്സിലായി.

സംഘപരിവാർ നടത്തുന്ന ഓരോ നീക്കങ്ങളെയും പരാജയപ്പെടുത്താൻ ഗൗരി പ്രദർശിപ്പിക്കുന്ന ബുദ്ധികുശലതയും ആത്മാർത്ഥതയും തന്റേടവും സാമർത്ഥ്യവും സംഘപരിവാറിന്റെ ഒന്നാം നമ്പർ ശത്രുവാക്കി അവരെ അടയാളപ്പെടുത്തി. പുരോഗമന വീക്ഷണവും സമൂഹത്തിൽ ആദരവും അംഗീകാരവും അറിവും ആത്മാർത്ഥതയും ഉള്ള ഈ കമ്മിറ്റിയുടെ രൂപീകരണം, സത്യവിരുദ്ധമായ റിപ്പോർട്ടെഴുതാൻ സാദ്ധ്യതയില്ലെന്നും അത് സംഘപരിവാർ താല്പര്യങ്ങളുടെ നട്ടെല്ലൊടിക്കും എന്നതും സംഘപരിവാർ ശക്തികളെ അസ്വസ്ഥരാക്കി. എന്നാൽ ഗൗരി ലങ്കേഷും കോമു സൗഹാർദ്ദവേദിയും തികച്ചും നിയമപരമായ വഴികളിലൂടെയാണ് സഞ്ചരിച്ചത്. എല്ലാതന്ത്രങ്ങളെയും പൊളിക്കാൻ ഗൗരിലങ്കേഷിനായി എന്നതാണ് സംഘപരിവാറിന്റെ ശത്രുതയ്ക്ക് വഴിയൊരുക്കിയത്.

6

മാവോവാദികളും ഗൗരിയും

നിലനില്ക്കുന്ന രാഷ്ട്രീയ സാമ്പത്തിക സ്ഥിതിക്കെതിരായി നില കൊണ്ട മാധ്യമപ്രവർത്തകയും പൗരാവകാശപ്രവർത്തകയുമാണ് ഗൗരി ലങ്കേഷ്. അവരുടെ ജീവിതം സമൂഹത്തിനു വേണ്ടിയാണ് സമർപ്പിച്ചത്. അവർക്കു ഭർത്താവുണ്ടായിരുന്നില്ല, മക്കളുണ്ടായിരുന്നില്ല. അമ്മയും സഹോദരിയും സഹോദരനും ഉണ്ടായിരുന്നെങ്കിലും ഗൗരി ലങ്കേഷിനെ ആശ്രയിച്ചു ആരും ജീവിച്ചിരുന്നില്ല. എന്നാൽ അവരുടെ കുടുംബം വിശാലമായ സമൂഹമായിരുന്നു. അവർ ജീവിച്ചത് ആശ്രയമില്ലാത്തവർക്കു വേണ്ടിയായിരുന്നു. സ്വന്തമെന്നു പറയാൻ ഒരു വീടു പോലും ഉണ്ടായിരുന്നില്ല. അവർ ഏകയായി താമസിച്ചിരുന്ന വീട് അവരുടെ അമ്മ ഇന്ദിരാലങ്കേഷ് വാങ്ങി പണിയിച്ചവീടാണ്. നീതിയുടെയും സത്യത്തിന്റെയും വേദികളിൽ അവരെ കാണാം. നീതി നിഷേധിക്കപ്പെടുമ്പോൾ അവരെ ശക്തയായ എതിരാളിയായി അവിടെ കാണാം. അതേസമയം രാഷ്ട്രീയ പ്രത്യയശാസ്ത്രങ്ങളും സാമൂഹിക ദർശനങ്ങളും അവർക്കന്യമായിരുന്നില്ല. അച്ഛൻ പി ലങ്കേഷ് വിശ്വസിച്ചിരുന്ന ലോഹ്യാചിന്താഗതിയോടും ഡോക്ടർ അംബേദ്കറുടെ ജാതിവിരുദ്ധ സമരസിദ്ധാന്തങ്ങളോടും ബസവണ്ണയുടെ വിഖ്യാതമായ ബ്രാഹ്മണ വിരുദ്ധ പോരാട്ടങ്ങളോടും കാൾ മാർക്സിന്റെ രാഷ്ട്രീയ പ്രത്യയശാസ്ത്രത്തോടും അവർക്ക് ആദരവായിരുന്നു. എന്നാൽ ഏതെങ്കിലും ഒരു പ്രത്യയശാസ്ത്രത്തിൽ വിശ്വസിക്കുകയോ പാർട്ടിയുടെ അംഗമായോ ഗൗരിലങ്കേഷ് രാഷ്ട്രീയ പ്രവർത്തനം നടത്തിയിരുന്നില്ല. വലതുപക്ഷ പാർട്ടികളോട് എപ്പോഴും അവർ അകലം സൂക്ഷിച്ചിരുന്നു. ബി ജെ പിയുടെ വഴികളിൽ അവർക്കു പ്രതിരോധം തീർക്കാനും പ്രതിശബ്ദമുയർത്തുവാനുമാണ് അവർ കൂടുതലും ശ്രമിച്ചത്. കോൺഗ്രസിന്റെയും ജനതാദളിന്റെയും മുതലാളിത്ത നയസമീപന

ങ്ങളും ജാതിമത പ്രീണനനയങ്ങളും അവർ തുറന്നു കാണിച്ചിരുന്നു. എന്നാൽ, ഭരിക്കുന്ന കക്ഷി എന്ന നിലയിൽ ഭരണതലത്തിലെ ആവശ്യങ്ങളുമായി ആ പാർട്ടികളുടെ മന്ത്രിമാരുമായും മുഖ്യമന്ത്രിമാരായ സിദ്ധരാമയ്യയോടും ധരംസിങ്ങിനോടും പൊതു ആവശ്യങ്ങൾക്ക് വേണ്ടി സഹകരിച്ചു നീങ്ങിയിട്ടുണ്ട്.

മൻമോഹൻ സിങ് സർക്കാരിന്റെ സമീപനം

2004 ൽ കേന്ദ്രത്തിൽ അധികാരത്തിൽ വന്ന മൻമോഹൻസിങ് സർക്കാർ, ഇടതുപക്ഷ പാർട്ടികളുടെ പിന്തുണയോടെ ഭരിക്കുമ്പോൾ ആ പാർട്ടികൾ മുന്നോട്ട് വെച്ച പല പരിപാടികളും അനുഭാവപൂർവ്വം നടപ്പിലാക്കാൻ അദ്ദേഹം തയ്യാറായി. രാജ്യത്തിന്റെ വിവിധ ഭാഗങ്ങളിൽ മാവോവാദികൾ നടത്തുന്ന രാഷ്ട്രീയ പ്രവർത്തനങ്ങളും അവരെ സംസ്ഥാന സർക്കാരുകൾ കൈകാര്യം ചെയ്യുന്ന രീതികളും ശരിയല്ല എന്നും മാവോവാദികളുടെ പ്രശ്നം അവധാനതയോടെ കൈകാര്യം ചെയ്യണമെന്നുമുള്ള നിലപാട് പ്രധാനമന്ത്രിയുടെ മുന്നിൽ വെക്കുകയും അവർ ക്രിയാത്മകമായ രാഷ്ട്രീയ തീരുമാനം എടുക്കാൻ പ്രധാനന്ത്രിയോടാവശ്യപ്പെടുകയും ചെയ്തു.

ആന്ധ്രയിൽ ടി ഡി പി നേതാവ് ചന്ദ്രബാബു നായിഡു തിരഞ്ഞെടുപ്പിൽ പരാജയപ്പെട്ടു അധികാരമൊഴിയുകയും പകരം കോൺഗ്രസ് നേതാവ് രാജശേഖര റെഡ്ഡി അധികാരത്തിൽ വരികയും ചെയ്തു. ആന്ധ്രയിൽ വ്യാപകമായ മാവോവാദികളുടെ പ്രവർത്തനങ്ങൾ നിർത്തിവെക്കാൻ അദ്ദേഹം ആവശ്യപ്പെടുകയും അവരുമായി സന്ധിസംഭാഷണത്തിന് തയ്യാറാണെന്ന് പ്രഖ്യാപിക്കുകയും ചെയ്തു. ഈ രാഷ്ട്രീയ കാലാവസ്ഥയിൽ മാവോവാദികളുമായി ചർച്ച ചെയ്യാനും അവരുടെ പ്രശ്നങ്ങളെ അനുഭാവപൂർവ്വം സമീപിക്കണമെന്നുമുള്ള രാഷ്ട്രീയതാല്പര്യം ഗൗരിയുടെ മനസ്സിലും മുള പൊട്ടി. ആ സാഹചര്യത്തിലാണ് കർണ്ണാടകയിലെ മാവോവാദികളുമായി ഒരു സംഭാഷണം സാദ്ധ്യമാക്കുന്നതിനെക്കുറിച്ചു ഗൗരിലങ്കേഷ് ചിന്തിച്ചത്.

മാവോവാദികളുടെ പ്രവർത്തനങ്ങളെക്കുറിച്ച് പൊതുസമൂഹത്തിൽ അറപ്പും വെറുപ്പും ഭീതിയും കലർന്ന അഭിപ്രായവും രാഷ്ട്രീയ രംഗത്തു അതിശക്തമായ ശത്രുതയും നിലനില്ക്കുന്നത് ഗൗരിലങ്കേഷ് നിരീക്ഷിച്ചിരുന്നു. എന്നാൽ സമൂഹത്തിന്റെ അരാഷ്ട്രീയ മുൻധാരണകളിൽ നിന്നുകൊണ്ട് ഒരു രാഷ്ട്രീയ പ്രസ്ഥാനത്തിന്റെ പ്രവർത്തനങ്ങളെ നിരീക്ഷിക്കാൻ പത്രപ്രവർത്തകയായ ഗൗരി ലങ്കേഷിനു കഴിയുമായിരുന്നില്ല. മാവോവാദികളെക്കുറിച്ചു അറിയാനും അവരുടെ പ്രശ്നങ്ങളെന്തെന്നു കൃത്യമായി മനസ്സിലാക്കാനും അവർ തീരുമാനിച്ചു.

ആയിരത്തിതൊള്ളായിരത്തി എൺപതുകളുടെ അന്ത്യത്തിൽ റായ്ച്ചൂർ- ബിദാർ ജില്ലകളിൽ മനുഷ്യത്വ ഹീനമായി തൊഴിലാളികളോടും സാധാരണക്കാരോടും പെരുമാറിയിരുന്ന ജന്മിമാർക്കെതിരെ സായുധസ

മരവുമായിട്ടാണ് മാവോയിസ്റ്റ് ഗ്രൂപ്പുകൾ (CPI-ML Peoples War) സജീവമാകുന്നത്. സംസ്ഥാനത്തു കാർഷിക ജോലിക്കു 200 രൂപയും 250 രൂപയും കൂലി കൊടുക്കുമ്പോൾ ഈ മലനാട് ജില്ലകളിൽ വെറും പത്ത് രൂപയും പന്ത്രണ്ടു രൂപയുമായിരുന്നു കൂലി. കൂലിക്കൂടുതൽ ആവശ്യപ്പെട്ടാൽ ഗുണ്ടകളുടെ ആക്രമണം. രാവിലെ അഞ്ചു മണി മുതൽ വൈകുന്നേരം ആറ് മണിവരെ പാടത്തും പറമ്പിലും പണിയെടുത്താൽ, ജന്മിയുടെ വീട്ടിലേക്ക് മൈലുകൾ നടന്നുചെന്ന് ക്യൂ നിന്ന് വേണം കൂലി വാങ്ങാൻ. ദളിതരെയും സ്ത്രീകളയും ന്യൂനപക്ഷങ്ങളെയും എല്ലാ മർദ്ദനമുറകളും ഉപയോഗിച്ച് അടിച്ചമർത്തി ഈ ജന്മികൾ ചൂഷണം ചെയ്തിരുന്നു.

അത്തരം ജന്മിമാരെ നാട്ടുകൂട്ടം വിളിച്ചുകൂട്ടി ജനകീയ പഞ്ചായത്തിൽ മാവോവാദികൾ വിചാരണ ചെയ്തു. മാവോവാദികളുടെ പ്രഖ്യാപനത്തെ നിരാകരിച്ച രണ്ടു ജന്മികളെ വെടിവെച്ച് കൊല്ലുകയും ഒരു ജന്മിക്കു മാരകമായ പിരക്കേല്പ്പിക്കുകയും ചെയ്തു. എന്നാൽ ഇത്തരം പ്രവർത്തനങ്ങളിലൂടെ പാവപ്പെട്ടവർക്ക് നേരെയുള്ള ചൂഷണങ്ങൾക്കു പ്രകടമായ ചില അനുകൂലഗുണങ്ങളുണ്ടായി എന്ന് മാവോവാദികൾ അവകാശപ്പെടുന്നു.

ബാബാ ബുഡൻഗിരി സംഭവവുമായി ഇടപെട്ടു പ്രവർത്തിക്കുന്നതിനിടയിൽ തന്നെ കർണ്ണാടകത്തിലെ വനാന്തരങ്ങളിൽ ഒളിച്ചിരുന്ന് സായുധ വിപ്ലവ പ്രവർത്തനം നടത്തുന്ന മാവോവാദികളുടെ പ്രവർത്തനങ്ങളെക്കുറിച്ചും ഗൗരി ലങ്കേഷ് അറിഞ്ഞിരുന്നു. അവർ നടത്തുന്ന സാഹസികമായ സായുധ പ്രവർത്തനങ്ങളുടെ വിജയസാദ്ധ്യതകളെക്കുറിച്ച് ഗൗരിക്ക് പ്രതീക്ഷയോ മതിപ്പോ അനുഭാവമോ ഉണ്ടായിരുന്നില്ല. എന്നാൽ മാവോവാദികളുടെ പ്രവർത്തനങ്ങൾ കൂടുതൽ സജീവമാവുകയും വാർത്തകളിൽ പ്രാധാന്യം വരികയും ജനശ്രദ്ധ പിടിച്ചുപറ്റുകയും ചെയ്തപ്പോൾ അവരുമായി ഒരു മുഖാമുഖം നടത്താൻ ഗൗരി തീരുമാനിച്ചു.

ഡൽഹി ജവഹർലാൽ യൂണിവേഴ്സിറ്റിയിൽ (JNU) വിദ്യാർത്ഥി രാഷ്ട്രീയത്തിൽ സജീവമായിരുന്ന സാകേത് രാജനായിരുന്നു ഈ പാർട്ടിയുടെ കർണ്ണാടകസംസ്ഥാനത്തെ സെക്രട്ടറി. കാട്ടിലും വനപ്രദേശങ്ങളിലുമായി അവർ തമ്പടിച്ചിരുന്നു.

സമാധാന ദൗത്യസേന (Citizen's Initiative for Peace - CIP)

ഒരു ജനാധിപത്യസംവിധാനം നിലനില്ക്കുന്ന രാജ്യത്തു ജനാധിപത്യപരമായി തന്നെ രാഷ്ട്രീയ പ്രവർത്തനങ്ങളടക്കമുള്ള എല്ലാ സാമൂഹിക രാഷ്ട്രീയപ്രവർത്തനങ്ങളും നടത്താൻ സാമൂഹം പരിശീലിക്കണം. ഭരണകൂടവും സാമൂഹികസാമ്പത്തികശക്തികളും പലപ്പോഴും സാധാരണക്കാരനും പാവപ്പെട്ടവനും അനുകൂലമല്ല. ഭരണകൂടം ധനശക്തികൾക്കൊപ്പമാണ് എന്ന യാഥാർത്ഥ്യം ചോദ്യം ചെയ്യപ്പെടുകയും

സമൂഹ മനസ്സാക്ഷിയെ ഉണർത്തിയെടുക്കുന്നതും സമരോത്സുകമാക്കുന്നതുമാണ് ക്രിയാത്മകവും സർഗ്ഗാത്മകവുമായ രാഷ്ട്രീയപ്രവർത്തനം. ഒരു ജന്മിയെയോ ഒരു ഫാസിസ്റ്റിനെയോ കൊന്നതുകൊണ്ട് ആ വ്യക്തിയുടെ അതിക്രമങ്ങൾക്ക് ശമനമുണ്ടായേക്കാം. എന്നാൽ അവരുടെ വർഗ്ഗപരമായ സ്വഭാവം ബാക്കി നില്ക്കുമെന്നും അവ വീണ്ടും മറ്റുള്ളവരിലൂടെ പൊട്ടിമുളച്ചു വളർന്നു വരാനുള്ള രാഷ്ട്രീയ സാമൂഹിക സാമ്പത്തിക സാഹചര്യമാണ് നിലനില്ക്കുന്നതെന്നും ഗൗരി ലങ്കേഷിനറിയാമായിരുന്നു. അതുകൊണ്ട് നിലനില്ക്കുന്ന രാഷ്ട്രീയവും സാമ്പത്തികവുമായ അടിത്തറ തകർത്തുകൊണ്ട് പുതിയൊരു രാഷ്ട്രീയ വ്യവസ്ഥിതിയാണ് രാജ്യത്തിന് വേണ്ടതെന്നു അവർ വിശ്വസിച്ചു. ഇവിടെ നൈതികതയിലും ധാർമ്മികതയിലും ശരിതെറ്റുകളിലും ഊന്നി നില്ക്കുന്ന നീതിബോധങ്ങളും അവയുടെ ആശയസംവാദങ്ങളും അനിവാര്യമാണ്. ഒപ്പം നിലനില്ക്കുന്ന അസമത്വങ്ങൾക്കും അനീതികൾക്കും അനാചാരങ്ങൾക്കും പരിഹാരം കാണണം. അതിനു ആശയസമരത്തോടൊപ്പം പ്രത്യക്ഷസമരങ്ങളും അനിവാര്യമാണ്. കാലികമായ നിയമനിർമ്മാണവും നീതിന്യായ വ്യവസ്ഥകളുടെ പൊളിച്ചെഴുത്തും അതിനാവശ്യമായ പാർലമെന്ററി ഇടപെടലുകളും വേണ്ടിവരും. ഇതിനെല്ലാം ജനതയെ രാഷ്ട്രീയവല്ക്കരിക്കുക എന്ന അതിമഹത്തായതും എന്നാൽ ബുദ്ധിമുട്ടേറിയതുമായ പ്രവർത്തനമാണ് മുന്നിൽ ഉണ്ടാവേണ്ടത്. അതിന് വേണ്ടുന്ന എല്ലാ കരുക്കളും സമൂഹത്തിൽത്തന്നെയുണ്ട്. മുതലാളിത്തവും വർഗ്ഗീയശക്തികളും എടുക്കുന്ന ഉപകരണം തന്നെയാണ് മാനവികതയുടെയും സ്നേഹത്തിന്റെയും ധർമ്മത്തിന്റെയും ഹൃദയശുദ്ധിയുടെയും ഉപകരണമാക്കിമാറ്റുന്നതിനാവശ്യമായ വ്യതിയാനം വരുത്തി അവർക്കെതിരെ ഉപയോഗിക്കേണ്ടത് എന്നവർ വിശ്വസിച്ചിരുന്നു.

കൊല്ലും കൊലയുമായി രാഷ്ട്രീയ സാമൂഹിക എതിരാളികളെയും ജന്മിമാരെയും ശത്രുക്കളായി കണ്ട്, അവരെ ഉന്മൂലനാശനം നടത്തുന്ന മാവോയിസ്റ്റുകളുടെ നയപരിപാടികൾ ഒരിക്കലും രാഷ്ട്രീയ പ്രവർത്തനമല്ലെന്നും ആ വഴി ഉപേക്ഷിച്ചു മുഖ്യധാരാരാഷ്ട്രീയത്തിലേക്ക് അവരെ കൊണ്ടുവരികയെന്നതാണ് ഈ കാലഘട്ടത്തിന്റെ അവശ്യമെന്നവർ തിരിച്ചറിയുകയും അതാണ് തന്റെ ലക്ഷ്യമെന്നും ഗൗരിലങ്കേഷ് മനസ്സിലുറപ്പിച്ചു. ഗൗരി ലങ്കേഷ് നേതൃത്വം കൊടുത്തുകൊണ്ട് പൗരാവകാശ പ്രവർത്തകരായ പ്രൊഫ. ശ്രീധർ, ശിവസുന്ദർ, പ്രൊഫ. ബാബയ്യ, പ്രൊഫ. രാംദാസ് റാവു തുടങ്ങിയ പ്രമുഖരെയും ഉൾപ്പെടുത്തി ഒരു സമാധാന ദൗത്യസേന (Citizen's Initiative for peace അഥവാ CIP) രൂപീകരിക്കുകയും ചെയ്തത് ഈ ലക്ഷ്യം മുന്നിൽ കണ്ടുകൊണ്ടാണ്.

മാവോവാദികളുമായി വിയോജിപ്പ്

മാവോയിസ്റ്റു നേതാക്കളുടെ പേരിൽ നിരവധി ക്രിമിനൽ കേസുകളുണ്ട്. നാട്ടിൽ നടക്കുന്ന ഏതു ക്രിമിനൽ സംഭവങ്ങളും മാവോയിസ്റ്റുക

ളുടെ തലയിൽകെട്ടിവച്ച് കേസ് ചാർജ്ജ് ചെയ്യുന്ന സംഭവങ്ങളും ഇവയിലുണ്ട്. എന്തായാലും നേതാക്കൾ എല്ലാവരും ഒളിവിലാണ്. അവരെ കണ്ടുകിട്ടിയാൽ ആരെങ്കിലും പൊലീസിലറിയിച്ചാൽ വിചാരണ പോലും കൂടാതെ ജയിലിലിടാൻ ചില രാഷ്ട്രീയ നേതൃത്വങ്ങൾ ശ്രമിച്ചുവെന്നും വരും. അതുകൊണ്ട് പൊതുസമൂഹത്തിലെ ആർക്കും അവരുമായി നേരിട്ട് ബന്ധമില്ല. അവരുമായി ആരെങ്കിലും ബന്ധപ്പെട്ടാലും അവരെയൊന്നും അത്ര പെട്ടെന്ന് വിശ്വസിക്കാനും മാവോവാദികൾക്ക് കഴിയില്ല. ഗൗരി ലങ്കേഷ് ഗൗരവമായാലോചിച്ചപ്പോൾ മാവോവാദികളുടെ നേതാവും (CPI - ML Peoples War) മാവോയിസ്റ്റ് ഗ്രൂപ്പിന്റെ സംസ്ഥാനസെക്രട്ടറിയുമായ സാകേത് രാജനെ കാണാനുള്ള സാദ്ധ്യതകൾ മുന്നിൽ തെളിഞ്ഞുവന്നു.

പുതിയ രാഷ്ട്രീയ സാഹചര്യത്തിൽ മാവോവാദികൾ സായുധസമരമാർഗ്ഗം ഉപേക്ഷിച്ചു സംസ്ഥാനത്തിന്റെ മുഖ്യധാരയിലേക്ക് വന്നു പ്രവർത്തിക്കണമെന്നും നക്സലൈറ്റുകളെ അറിയിച്ചു. നക്സലൈറ്റുകൾ അനുകൂലമായി പ്രതികരിക്കുകയും ഏതാനും മാധ്യമ പ്രവർത്തകരുമായി കാട്ടിൽ പോകാനും നക്സലൈറ്റ് നേതാവ് സാകേത് രാജനുമായി ഒരു അഭിമുഖം ചെയ്യാനുള്ള സാഹചര്യമൊരുങ്ങുകയും ചെയ്തു. ഗൗരി ലങ്കേഷിനു പുറമെ വേറെയും ചില പത്രപ്രവർത്തകരും കാട്ടിലേക്ക് പോവുകയും അവരുമായി ചർച്ച സാദ്ധ്യമാവുകയും ചെയ്തു.

കാട്ടിലേക്കുള്ള യാത്ര സാഹസികമായിരുന്നു. മാവോവാദികൾക്കിടയിൽ വളരെയധികം ആശയപരമായ സംഘട്ടനങ്ങൾ നടക്കുന്നുണ്ടായിരുന്നു. രാഷ്ട്രീയശത്രുക്കളെ ഉന്മൂലനാശം ചെയ്യുന്നതിലൂടെ ആ പ്രവൃത്തി സമൂഹത്തിന്റെ മുന്നിൽ ക്രിമിനൽ കുറ്റമാകും. ഭരണകൂടം ഉദ്ദേശിച്ച രീതിയിൽ ഈ രാഷ്ട്രീയപ്രവർത്തകരെ കുറ്റവാളികളാക്കി മാധ്യമങ്ങളിലൂടെ ആശയപ്രചാരണം നടത്തുമ്പോൾ മാവോവാദികൾക്ക് അതിനെതിരെ പിടിച്ചു നില്ക്കാനാവില്ല. ആദിവാസികളുടെയും പാവപ്പെട്ടവരുടെയും നന്മയ്ക്കു വേണ്ടിയാണെങ്കിലും ശത്രുക്കളെ ഓരോരുത്തരെയും വകവരുത്തിക്കൊണ്ട് ഈ പ്രസ്ഥാനത്തിനു ജനസമ്മതി നേടാൻ സമൂഹത്തിൽ കഴിയുകയില്ലെന്നും ജനങ്ങളുടെ സ്നേഹാദരങ്ങൾ നെടിയെടുക്കാതെ ഒരു പ്രസ്ഥാനത്തിനും ആത്യന്തികമായി നിലനില്പില്ലെന്നും അതുകൊണ്ട് ഈ ഗറില്ലാസായുധവിപ്ലവം എന്ന മാർഗ്ഗം ഉപേക്ഷിക്കേണ്ടിവരുമെന്നും ഗൗരിലങ്കേഷ് മാവോവാദികളോട് സംവദിച്ചു. ഒരു കൂട്ടം മാവോവാദികൾ അവരുടെ പാർട്ടിക്കുള്ളിൽ ഇതേ അഭിപ്രായം ഉയർത്തിക്കൊണ്ട് വരുന്ന സമയമായിരുന്നു അത്. കൂടാതെ എന്നും ഒളിവിൽ, കൂടുതലും കാട്ടിൽ ജീവിച്ച് ഒളിവ് ജീവിതത്തിലൂടെ ഒരു രാഷ്ട്രത്തിന്റെ വിമോചനം അപ്രായോഗികമാണ്. ഏതു കാട്ടിലും ഗുഹയിൽപ്പോലുമിരിക്കുന്ന ഒരു കീടത്തെപ്പോലും നിമിഷനേരം കൊണ്ട് കണ്ടെത്താനുള്ള ആധുനിക ഇലക്ട്രോണിക് സാങ്കേതിക സംവിധാനം നിലവിലുള്ളപ്പോൾ പാർട്ടിയുടെ നയപരിപാടികളിൽനിന്നും മാറി ചിന്തിക്കാൻ

സമയമായെന്നു വാദങ്ങളുയർന്നുവന്നു. മാറിയകാലത്തിന്റെ പുതിയ പരിതഃസ്ഥിതികളിൽ അനുദിനമുണ്ടാവുന്ന ഓരോ പ്രതിസന്ധികളെയും അവർ മുഖാമുഖം കാണുകയായിരുന്നു. എന്നാൽ പ്രഖ്യാപിത പരിപാടികളിൽനിന്നും പിന്മാറാൻ തയ്യാറല്ലാത്ത മറ്റൊരു കൂട്ടരും പാർട്ടിയിൽ ഉണ്ടായിരുന്നു.

മാവോയിസ്റ്റുകൾ മിക്കവരും വിദ്യാസമ്പന്നരും ആത്മാർത്ഥതയുള്ളവരുമാണെന്നു ഗൗരിക്ക് ഇതിനകം അറിയാൻ കഴിഞ്ഞു. ആവശ്യത്തിന് ഭക്ഷണവും വസ്ത്രങ്ങളും പാർപ്പിടം പോലുമില്ലാതെ മഴയിലും മഞ്ഞിലും ജീവിച്ച് ചിലപ്പോൾ ഒരു നേരത്തെ ഭക്ഷണംപോലും കിട്ടാതെ പലപ്പോഴും പട്ടിണി കിടന്ന്, ത്യാഗപൂർണ്ണമായ കാട്ടിലെ അവരുടെ ജീവിതം നേരിട്ട് കണ്ടപ്പോൾ എന്തിനുവേണ്ടിയാണ് ഇവർ ഈ ത്യാഗമെല്ലാം അനുഭവിക്കുന്നത് എന്ന് ചിന്തിച്ചു. കാട്ടിലെ പ്രതികൂലതകളിൽ ജീവിച്ച്, പൊലീസിന്റെയും നാട്ടുകാരെയും കണ്ണ് വെട്ടിച്ചു സാഹസികമായി ജീവിക്കുന്ന അവരുടെ, രാഷ്ട്രീയ നിലപാടുകളോട് കടുത്ത എതിർപ്പ് രേഖപ്പെടുത്തിയപ്പോഴും ഹൃദയത്തിലെവിടെയോ ആർദ്രതയുടെ നേർത്ത കനിവുകളുണ്ടായോ? മാവോവാദികൾ ഉയർത്തിപ്പിടിക്കുന്ന ആവശ്യങ്ങൾ എന്തെല്ലാമെന്നു ഗൗരി ചോദിച്ചറിഞ്ഞു.

മാവോവാദികളുടെ ആവശ്യങ്ങൾ അനുവദിക്കുകയും അവരുടെ പേരിൽ ചാർജ്ജ് ചെയ്തിട്ടുള്ള എല്ലാ കേസുകളും നിരുപാധികം പിൻവലിക്കുകയും ചെയ്താൽ സായുധവിപ്ലവ പ്രവർത്തനം ഉപേക്ഷിച്ച് സംസ്ഥാനത്തിന്റെ മുഖ്യധാരയിൽ പ്രവർത്തിക്കാമെന്നും അവരുടെ നേതാക്കളുമായി ചർച്ച ചെയ്ത നേതാവ് സാകേത് രാജൻ അറിയിച്ചതനുസരിച്ച്, ഈ സമാധാന സന്ദേശവും ആവശ്യവുമായി കാട്ടിൽ നിന്നും ഗൗരിയും കൂട്ടരും ബാംഗ്ലൂർ നഗരത്തെ ലക്ഷ്യമാക്കി നീങ്ങി. അന്ന് ഭരണത്തിലിരിക്കുന്ന കോൺഗ്രസ് മുഖ്യമന്ത്രി ധരംസിങ്ങുമായും അവരുമായി ഭരണം പങ്കിടുന്ന ജനതാദൾ നേതാവും മുൻ പ്രധാനമന്ത്രിയുമായ ദേവഗൗഡയുമായും ഈ വിഷയം ചർച്ച ചെയ്യുകയും അവരുടെ അനുകൂലാഭിപ്രായം നേടിയെടുക്കുകയും ചെയ്തു. മാവോവാദികൾ സർക്കാരിന് തലവേദനയുണ്ടാക്കുന്നവരായതിനാലും സംസ്ഥാനത്തു നടക്കുന്ന മാവോവാദികളുടെ ഭീകരപ്രവർത്തനങ്ങൾക്ക് അറുതിയുണ്ടായാൽ ഭരണ നേതൃത്വത്തിനും സ്വൈരവും സമാധാനവുമുണ്ടാവുമല്ലോ എന്ന് കരുതി ഗൗരിലങ്കേഷും കൂട്ടരും ഇറങ്ങിത്തിരിച്ച സന്നദ്ധ പ്രവർത്തനത്തിനു ദേവഗൗഡയും മുഖ്യമന്ത്രി ധരംസിങ്ങും സ്വാഗതമരുളുകയും ചെയ്തു. അങ്ങനെ രാഷ്ട്രീയ നേതൃത്വത്തിന്റെ അനുഭാവ പൂർണ്ണമായ പിന്തുണയോടെയാണ് നക്സൽ നേതാക്കളെ നേരിട്ട്കണ്ട് സമാധാന ദൗത്യ സേന (സി ഐ പി)യും തമ്മിലുള്ള സമാധാനക്കരാർ രൂപം കൊള്ളുന്നത്.

വിധാൻസൗധയിൽ (Secretariat) മുഖ്യമന്ത്രി, പൊലീസ് ഓഫീസർമാർ, ഉദ്യോഗസ്ഥന്മാർ, രാഷ്ട്രീയ ഉപദേഷ്ടാക്കൾ എന്നിവരെ സാക്ഷി

നിർത്തിക്കൊണ്ട്, ഗൗരിലങ്കേഷും കൂട്ടരും മാവോവാദികളുടെ ആവശ്യങ്ങൾ മുന്നോട്ടുവെക്കുകയും മാവോവാദികൾ ആവശ്യപ്പെട്ടതനുസരിച്ചു അവർ മുന്നോട്ടുവച്ച ആവശ്യങ്ങൾ അംഗീകരിക്കുമെന്ന് ധരംസിങ്ങും മറ്റു ഭരണകർത്താക്കളും സമ്മതിക്കുകയും ചെയ്തു. കേസുകളെല്ലാം പിൻവലിക്കാനാവില്ല. പെറ്റിക്കേസുകൾ പിൻവലിക്കാം. കൊലപാതകം പോലുള്ള വലിയ കേസുകൾ കോടതിയിൽ വരുമ്പോൾ സർക്കാർഭാഗം എതിരായി വാദിക്കാതിരിക്കാം അങ്ങനെ കേസുകളുടെ കാഠിന്യം കുറയ്ക്കാം എന്നതായിരുന്നു സർക്കാർ നിലപാട്.

മാവോവാദികളുടെ ഭാഗത്തുനിന്ന് ഭൂരിഭാഗം പേരും അത് അംഗീകരിച്ചപ്പോൾ വലിയൊരു ദൗത്യം സാക്ഷാൽക്കരിക്കുകയാണ് ഉണ്ടായതെന്ന കാര്യത്തിൽ ഗൗരി ലങ്കേഷും കൂട്ടരും സംതൃപ്തരായി.

രാഷ്ട്രീയവഞ്ചന

എന്നാൽ ഏതാനും ദിവസങ്ങൾക്കുള്ളിൽ 2005 ഫെബ്രുവരി ആറാം തീയതി സാകേത് രാജനും സഹപ്രവർത്തകനുമായ ശിവലിംഗയും കൊല്ലപ്പെട്ടതായി വാർത്ത വന്നപ്പോൾ ഗൗരി ലങ്കേഷും കൂട്ടരും അക്ഷരാർത്ഥത്തിൽ ഞെട്ടിപ്പോയി. അവർക്ക് ആ വാർത്ത വിശ്വസിക്കാനായില്ല. പൊലീസുമായുള്ള ഏറ്റുമുട്ടലിൽ സാകേത് രാജനും സഹപ്രവർത്തകനും കൊല്ലപ്പെട്ടു എന്നാണു ഭരണകൂടവും പൊലീസും ഔദ്യോഗികമായി പ്രഖ്യാപിച്ചത്. എന്നാൽ അത് കളവായിരുന്നു. മാവോവാദികൾ പൊലീസുമായി ഏറ്റുമുട്ടലുണ്ടാവാൻ സാദ്ധ്യതയുള്ള ഒരു ആക്ഷനും ഉണ്ടായിട്ടില്ല. സത്യത്തിൽ സാകേത് രാജനെ അയാളുടെ ഒളിസങ്കേതത്തിൽ ചെന്ന് വെടിവെച്ചു കീഴടക്കിയതും അവിടെനിന്ന് പൊലീസ് വണ്ടിയിലിട്ട് കൊണ്ടുപോകുന്നതും ആദിവാസികളും നാട്ടുകാരും കണ്ടതായി വിവരം കിട്ടി. പൊലീസ് സങ്കേതത്തിൽ കൊണ്ടുപോയി ബോധപൂർവ്വം കൊല ചെയ്തതാണ്.

മാവോവാദികൾ ഉന്നയിച്ച ആവശ്യങ്ങൾ അംഗീകരിച്ചുകൊടുത്താൽ അതിൽ സാമ്പത്തികമായി നഷ്ടങ്ങൾ സഹിക്കേണ്ടിവരുന്ന വലിയൊരു സമ്പന്നവിഭാഗമുണ്ട്. അവരുടെ താല്പര്യം സംരക്ഷിക്കാൻ വേണ്ടി സർക്കാർ കളിച്ച ഒരു നാടകമായിരുന്നോ ഇത്? സമാധാന ദൗത്യസേന (CIP)യുടെ മുന്നിൽ നല്ല പിള്ള ചമയുകയും അതേസമയം മാവോവാദികൾ, കരാർ നിലനില്ക്കുമ്പോൾ തന്നെ ആക്ഷനു പോയി പ്രകോപനമുണ്ടാക്കിയതാണ് ഏറ്റുമുട്ടാൻ പൊലീസിനെ പ്രേരിപ്പിച്ചതെന്നും വരുത്തിത്തീർക്കാനും അവരെ കൂടുതൽ മോശക്കാരാക്കി സമൂഹത്തിന്റെ മുന്നിൽ ചിത്രീകരിക്കാനുമുള്ള വക്രബുദ്ധിയാണോ ഇതിന്റെ പിന്നിൽ പ്രവർത്തിച്ചത്? അതോ ഭരണകൂടം അറിയാതെ തല്പരകക്ഷികൾ പൊലീസ് സേനയെ സ്വാധീനിച്ചു നേതാവിനെ കൊന്നതാണോ? എന്തായാലും സ്വാഭാവികമായ ഒരേറ്റുമുട്ടലിനു യാതൊരു സാദ്ധ്യതയുമില്ല. ഇത്

ആസൂത്രിതമാണ്. ഒരു കരാറിൽ ഏർപ്പെട്ടിരിക്കുന്ന സമയത്ത് അതിലൊരു കക്ഷിയെ പൊലീസ് എന്ന ആയുധമുപയോഗിച്ചു കൊന്നത് ചതിയാണ്. ആയുധം താഴെവച്ച് കാട്ടിലെ സായുധപ്രവർത്തനങ്ങൾ അവസാനിപ്പിക്കാം എന്ന് വാഗ്ദാനം ചെയ്ത സാകേത് രാജനും കൂട്ടരും ആ ആ വാക്കു ലംഘിക്കാൻ ഒരിക്കലും തയ്യാറാവില്ല. ഗൗരിയും സഹപ്രവർത്തകരും അങ്ങനെയാണ് ചിന്തിച്ചത്. ഭരണകൂടത്തിന്റെ വിശ്വാസ്യതയാണ് ഗൗരിലങ്കേഷിൽ സംശയമുയർത്തിയത്.

മൃതദേഹത്തിനും ജാതിഭേദം

കൊല്ലപ്പെട്ട സാകേത് രാജന്റെ മൃതദേഹം ബംഗളൂരിലേക്ക് കൊണ്ടുവന്നു. തന്റെ മകന്റെ ചിരിക്കുന്ന മുഖമല്ലാതെ വെടിയുണ്ടയേറ്റ് വികൃതമാക്കപ്പെട്ടമുഖം തനിക്കു കാണേണ്ട എന്ന് പറഞ്ഞ് സാകേത് രാജന്റെ അമ്മ മൃതദേഹം സ്വീകരിച്ചില്ല. ആ സമയത്തു സമാധാനദൗത്യ സേനയുടെ പ്രതിനിധികളായ ഗൗരിലങ്കേഷും ഗിവ്സുന്ദറും കൂട്ടരും സാകേത് രാജന്റെ മൃതദേഹം നേരിട്ട് കാണുകയുc 'പൊതുദർശനത്തിനുശേഷം സംസ്കരിക്കാം മൃതദേഹം വിട്ടുകൊടക്കൂ' എന്നാവശ്യപ്പെട്ടു. മുഖ്യമന്ത്രി ധരംസിങ് അത് തത്ത്വത്തിൽ അംഗീകരിച്ചുവെങ്കിലും പൊലീസ് അവരുടെ മൃതദേഹം വെവ്വേറെ സംസ്കരിച്ചു. സാകേത് രാജൻ ഹിന്ദുവായതുകൊണ്ട് ഹൈന്ദവാചാര വിധിപ്രകാരമുള്ള ശവസംസ്കാരം നടത്തി. എന്നാൽ സാകേത് രാജനോടൊപ്പം കൊല്ലപ്പെട്ട മാവോവാദി പ്രവർത്തകനായ ശിവലിംഗ ദളിതനായിരുന്നതിനാൽ ആ മൃതദേഹം കുഴിച്ചിടുകയും ചെയ്തു. ജാതിക്കും മതത്തിനും അതീതമായി ചിന്തിക്കുകയും പ്രവർത്തിക്കുകയും ചെയ്ത രണ്ടുപേരുടെ ശവസംസ്കാരത്തിലും ജാതീയമായ വിവേചനം....! പുരോഗമനപര വിശ്വാസികളൊന്നടങ്കം ഈ നടപടിയെ വിമർശിച്ചു..!

ഗൗരിലങ്കേഷിനത് സഹിക്കാനായില്ല. അണപൊട്ടിയൊഴുകിയ എല്ലാ രോഷവും സങ്കടവും അടക്കി നിർത്താതെ ഗൗരിയും കൂട്ടരും പൊട്ടിത്തെറിച്ചു. ഭരണകൂടത്തിന്റെ ചതി അവർ വിളിച്ചു പറഞ്ഞു. അടുത്ത ലക്കം *ലങ്കേഷ് പത്രിക*യിൽ സർക്കാർ സമാധാന ദൗത്യസേനയുടെ അംഗങ്ങളെയും മാവോവാദികളെയും ചതിക്കുകയായിരുന്നുവെന്ന് അതിശക്തമായി വിമർശനമെഴുതി. സർക്കാരിനെ അവർ മുൾമുനയിൽ നിർത്തി.

പൊലീസുകാർ കൊല്ലപ്പെടുന്നു

എന്നാൽ ഇതിനിടയിൽ ആന്ധ്ര-കർണ്ണാടക അതിർത്തി പ്രദേശമായ പാവഗൗഡയിൽ രണ്ടു പൊലീസുകാർ മാവോവാദികളുടെ ആക്രമണത്തിൽ കൊല്ലപ്പെട്ടു. ഈ കൊല കർണ്ണാടകത്തിലെ നക്സലൈറ്റുകൾ നടത്തിയതായിരുന്നില്ല. എന്നാൽ സാകേത് രാജനെ കൊന്നതിലുള്ള

പ്രതികാരമാണ് ഈ കൊലയുടെ പിന്നിലെന്നും അതിന്റെ ഉത്തരവാദിത്വം തങ്ങൾ ഏറ്റെടുക്കുന്നുവെന്നും ആന്ധ്രയിലെ നക്സലൈറ്റുകൾ പ്രഖ്യാപിക്കുകയും ചെയ്തതോടെ മാവോവാദികളുമായി ഉണ്ടായ സമാധാന ചർച്ചകളും കരാറുകളും എല്ലാം വഴിമുട്ടുകയായിരുന്നു.

ഈ സന്ദർഭം മുതലാക്കാൻ സംഘപരിവാർ നേതൃത്വം കാത്തിരിക്കുകയായിരുന്നു. 'ഗൗരിലങ്കേഷ് നക്സലൈറ്റുകൾക്കുവേണ്ടി വാദിക്കുന്നു. അവർ നക്സലൈറ്റാണ്. അവരെയും അറസ്റ്റ് ചെയ്യണം' എന്ന് ആവശ്യമുന്നയിച്ചു അന്നത്തെ പ്രതിപക്ഷകക്ഷിയായ ബി ജെ പി മുന്നോട്ടു വന്നു. കോൺഗ്രസ്-ജനതാദൾ സർക്കാരിനു ഗൗരിലങ്കേഷിന്റെയും പ്രതിപക്ഷത്തിന്റെയും വിമർശനം ഒരേസമയം നേരിടാനാകാതെ വന്നപ്പോൾ അവരും ഗൗരിയെയും കൂട്ടരെയും എതിർത്തു. അടിയുറച്ച സത്യസന്ധതയും തിളങ്ങുന്ന ആദർശബോധവും തെളിമയുള്ള വീക്ഷണവുമുള്ള ഗൗരിലങ്കേഷിനെ മാവോവാദിയാണ് എന്ന് ആരോപിച്ചു അറസ്റ്റു ചെയ്തു. ജാമ്യമില്ലാതെ ജയിലിലിട്ടാൽ അത് ജനം പൊറുക്കില്ല എന്ന് ഭരണകൂടത്തിനറിയാം. അതുകൊണ്ട് ഒരു അറസ്റ്റ് നാടകത്തിനൊന്നും സർക്കാർ തുനിഞ്ഞില്ല. ഗൗരിലങ്കേഷ് തന്റെ അഭിപ്രായങ്ങൾ ശക്തമായ ഭാഷയിൽ എഴുതിക്കൊണ്ടേയിരുന്നു.

ലങ്കേഷ് പത്രികെ ഗൗരിലങ്കേഷ് പത്രാധിപരായി ഏറ്റെടുത്തു നടത്തുന്ന കാലം മുതൽ അവർ സംഘപരിവാറിനോട് ഏറ്റുമുട്ടുന്നതിൽ സഹോദരനായ ഇന്ദ്രജിത് ലങ്കേഷിനു അഭിപ്രായ വ്യത്യാസമുണ്ടായിരുന്നു. എരിതീയിൽ എണ്ണയെന്നപോലെ നക്സലൈറ്റുകളുടെ പ്രശ്നത്തിൽ ഇത്രയും താല്പര്യം പ്രകടിപ്പിച്ചു അവർക്കു വേണ്ടി സർക്കാരിനോടു വരെ തട്ടിക്കയറി സംസാരിച്ചതു സഹോദരന് തീരെ സഹിക്കാനായില്ല. അയാൾ അഭിപ്രായ വ്യത്യാസം തുറന്നുപറയുകയും അവർ തമ്മിൽ ആശയപരമായി അകലുകയും ചെയ്തു. ഈ സംഭവം അവരുടെ പത്രപ്രവർത്തന ബന്ധത്തെ പ്രതികൂലമായി ബാധിക്കുകയാണുണ്ടായത്.

7

ഗൗരി ലങ്കേഷ് പത്രികയുടെ തുടക്കം

രണ്ടായിരത്തിയഞ്ച് ഫെബ്രുവരി മാസത്തിലായിരുന്നു സാകേത് രാജൻ പൊലീസ് ഏറ്റുമുട്ടലിൽ രക്തസാക്ഷിയായതും അതിനോടനുബന്ധിച്ചുണ്ടായ പ്രശ്നങ്ങൾ സങ്കീർണ്ണമാകുന്നതും. രാഷ്ട്രീയമായി ഗൗരി ലങ്കേഷ് ഇടത്തോട്ടും സഹോദരൻ ഇന്ദ്രജിത്ത് ലങ്കേഷ് വലത്തോടും വിരുദ്ധ കൈവഴികളിലായിനീങ്ങുന്ന സമയമായിരുന്നു അത്. ഇന്ദ്രജിത് കേവലമൊരു സിനിമാ സംവിധായകനായിരുന്നതിലുപരി പ്രത്യേകമായ രാഷ്ട്രീയ അവഗാഹമോ, സാമൂഹികാധിഷ്ഠിത നിലപാടുകളോ പ്രതിബദ്ധതയോ ഒന്നുമുണ്ടായിരുന്നില്ല. അതുകൊണ്ടു തന്നെ ഗൗരി ഏറ്റെടുക്കുന്ന രാഷ്ട്രീയ ദൗത്യങ്ങളും അവയുടെ അർത്ഥവും അന്തരാർത്ഥവും ഒന്നും തന്നെ അയാൾക്ക് ദഹിക്കുമായിരുന്നില്ല. സിനിമ എന്ന വ്യവസായത്തെയല്ലാതെ, കലയുടെയും രാഷ്ട്രീയത്തിന്റെയും ആഴങ്ങളിലേക്കിറങ്ങുന്ന ചിന്തയോ ദർശനമോ അയാൾ പ്രകടിപ്പിച്ചിരുന്നില്ല. അതുകൊണ്ട് തന്നെ ഗൗരിലങ്കേഷ് *ലങ്കേഷ് പത്രിക* പത്രാധിപത്യം ഏറ്റെടുത്ത നാൾമുതൽ അവർ അനുവർത്തിച്ചു പോരുന്ന നിലപാടുകൾ അയാൾക്ക് സ്വീകാര്യമായിരുന്നില്ല. സംഘപരിവാറിനെതിരെ, അവരുടെ ബ്രാഹ്മണവല്ക്കരണ പ്രവർത്തനങ്ങൾക്കെതിരെ, അവരുടെ നേതാക്കൾക്കെതിരെ എപ്പോഴും സന്ധിയില്ലാ സമരം പ്രഖ്യാപിച്ച ഗൗരിയുടെ വീക്ഷണങ്ങളും ആദർശങ്ങളും അയാൾക്ക് സ്വീകാര്യമായില്ല. വർഗ്ഗീയ ഫാസിസത്തിനെതിരായും അഴിമതിക്കെതിരായും വിഘടനവാദത്തിനെതിരായും ഗൗരി എഴുതുമ്പോൾ, പരിക്ക് പറ്റുന്നത് സമൂഹത്തിലെ വമ്പന്മാർക്കാണ് എന്നത് അയാളെ അസ്വസ്ഥനാക്കി. അവരിൽ പലരും തന്റെ സുഹൃത്തുക്കളും വേണ്ടപ്പെട്ടവരുമാണ്. ബി ജെ പി ഘടകം മുഴുവൻ ഗൗരിക്കെതിരായത് അയാൾ മനസ്സിലാക്കി. മാവോയിസ്റ്റ് വിഷയത്തിൽ

കോൺഗ്രസ്-ജനതാദൾ നേതൃത്വവും ഗൗരിലങ്കേഷിനെതിരെ തിരിഞ്ഞപ്പോൾ ഇന്ദ്രജിത്തിന്റെ മനസ്സ് കലുഷിതമായതു മൂത്ത സഹോദരിയോടുള്ള സ്നേഹാദരങ്ങളോ അനുകമ്പയോ കൊണ്ടല്ല. തന്റെ ഉടമസ്ഥതയിലുള്ള *ലങ്കേഷ് പത്രിക*യിൽ ഇത്തരത്തിലുള്ള ലേഖനങ്ങളും വിമർശനങ്ങളും ഫീച്ചറുകളും വരുന്നത്, തന്റെ വ്യക്തിജീവിതത്തിനും ഭാവിക്കും അപകടമാകുമല്ലോ എന്ന് തിരിച്ചറിഞ്ഞതുകൊണ്ടാണ്. അയാൾ . പല തവണ ഇതേക്കുറിച്ച് പറഞ്ഞിട്ടുണ്ടെങ്കിലും അതൊന്നും ഗൗരിലങ്കേഷിനു സ്വീകാര്യമായിരുന്നില്ല.

ഇന്ദ്രജിത്തിന്റെ ഭീഷണി

മാവോ വാദികളുടെ വിഷയത്തിൽ സർക്കാരുമായിട്ടുണ്ടായ ഏറ്റുമുട്ടലിൽ ഭയഭീതരായ ജനതാ പാർട്ടിയും ഭരണകക്ഷികളും ഗൗരി ലങ്കേഷ് മാവോവാദിയാണെന്ന പ്രചാരണം നടത്തി. സാകേത് രാജന്റെ കൊലപാതകത്തോടനുബന്ധിച്ചുണ്ടായ സംഭവവികാസങ്ങളെ വിശദീകരിക്കുന്ന ഒരു വാർത്ത മാവോ വാദികൾ *ലങ്കേഷ് പത്രിക*യിലേക്ക് കൊടുത്തപ്പോൾ അതുപ്രസിദ്ധീകരിക്കാൻ പാടില്ല എന്ന് ഇന്ദ്രജിത്ത് ലങ്കേഷ് നിർബ്ബന്ധിച്ചു. ഗൗരിലങ്കേഷ് അംഗീകരിച്ച വാർത്തയാണെന്ന് അറിഞ്ഞപ്പോൾ അയാൾ ഗൗരിക്ക് നേരെ തോക്കുചൂണ്ടിക്കൊണ്ട് ഭീഷണിയുടെ സ്വരത്തിൽ തീർത്തു പറഞ്ഞു.

"ഇനിമേലിൽ മാവോയിസ്റ്റുകൾക്കനുകൂലമായി എഴുതരുത്."

അതൊരു താക്കീതായിരുന്നു. വെടിയുണ്ട തുളച്ചു വരുന്ന രണ്ടു കുഴലുകൾ കണ്ടാൽ *ലങ്കേഷ് പത്രിക*യുടെ പത്രാധിപർ ഗൗരി ലങ്കേഷ് ഭയപ്പെടുമോ? ഭയം എന്ന വാക്കിനെ ജീവിതത്തിന്റെ ഏതെങ്കിലും കോണിൽവെച്ച് ഗൗരി ലങ്കേഷ് കണ്ടുമുട്ടിയിട്ടില്ല. എന്നാൽ ഇന്ദ്രജിത് പറയുന്നത് നിയമാനുസൃതമാണ്. *ലങ്കേഷ് പത്രിക*യുടെ നിയമപരമായ ഉടമസ്ഥൻ ഇന്ദ്രജിത്ത് ലങ്കേഷ് ആണ്. അയാളുടെ പത്രത്തിൽ എന്തെല്ലാം എഴുതരുത് എന്ന് തീരുമാനിക്കാൻ അയാൾക്കധികാരമുണ്ട്. സാങ്കേതികമായി ശമ്പളം പറ്റിക്കൊണ്ട് പ്രവർത്തിക്കുന്ന ഒരു പത്രാധിപരുടെ ആഗ്രഹങ്ങളെക്കാളും താല്പര്യങ്ങളെക്കാളും മുന്നിൽ നില്ക്കേണ്ടത് ഉമടയുടെ തീരുമാനം തന്നെയാണ്. ഇവിടെ ധാർമ്മികതയും മറ്റും അവതരിപ്പിച്ചു വാദപ്രതിവാദങ്ങൾ നടത്തുന്നത് സാർത്ഥകമാവില്ല. പ്രസക്തവുമല്ല. അതുകൊണ്ട് പത്രമുടമയെ അനുസരിക്കണം. ഗൗരി ലങ്കേഷ് മാവോയിസ്റ്റുകളുടെ കാര്യങ്ങൾ *ലങ്കേഷ് പത്രിക*യിൽ എഴുതുന്നത് നിർത്താൻ തന്നെ തീരുമാനിച്ചു.

ഒരാഴ്ചക്കുള്ളിൽ, തന്റെ അച്ഛൻ പി ലങ്കേഷിന്റെ ജന്മദിനത്തിൽ മാർച്ചുമാസം എട്ടാംതീയതി തന്റെ ജീവിതാഭിലാഷം നിറവേറ്റുന്ന തരത്തിൽ ആശയാവിഷ്കാരം നടത്താൻ *ഗൗരിലങ്കേഷ് പത്രിക* അതേ ബസവനഗുഡി എന്ന സ്ഥലത്തു അതേ രീതിയിൽ തന്നെയുള്ള ടാബ്ലോയ്ഡ്

ആരംഭിച്ചു. മാവോയിസ്റ്റു വിഷയങ്ങളടക്കമുള്ള എല്ലാ ഫാസിസ്റ്റുവിരുദ്ധവും അഴിമതിവിരുദ്ധവും വർഗ്ഗീയ വിരുദ്ധവുമായ വിഷയങ്ങൾ പ്രചണ്ഡമായി തന്നെ എഴുതിക്കൊണ്ടിരുന്നു. മരിക്കുവോളം... എഴുതിയെഴുതി എഴുത്തിന്റെ പേരിൽ തന്നെ അവർ രക്തസാക്ഷിയായി....

എന്നാൽ തോക്കു ചൂണ്ടി ഭീഷണിപ്പെടുത്താൻ ഇന്ത്യയിൽ ഒരാൾക്ക് അധികാരമോ അവകാശമോ നിയമം അനുവദിച്ചിട്ടില്ല. അതുകൊണ്ട് നിയമം കൈയിലെടുക്കുന്നയാളെ നിയമത്തിനു മുന്നിൽത്തന്നെ ഹാജരാക്കണം. ബാംഗ്ലൂർ നഗരത്തിൽ ബസവനഗുഡി എന്ന സ്ഥലത്തുള്ള പൊലീസ് സ്റ്റേഷനിൽ ഇന്ദ്രജിത്ത് ലങ്കേഷിനെതിരെ തോക്കുചൂണ്ടി ഭീഷണി മുഴക്കിയതിനെതിരെ പരാതികൊടുത്തു. അങ്ങനെ തോക്കിനു മുന്നിൽ വളഞ്ഞു കൊടുക്കാനുള്ളതല്ലല്ലോ താൻ നാല്പത്തിരണ്ടു വയസ്സുവരെ ജീവിച്ചു ആർജ്ജിച്ചെടുത്ത വ്യക്തിത്വം. ഈ അഭിപ്രായഭിന്നതയോടനുബന്ധിച്ചു ഇന്ദ്രജിത്ത് ലങ്കേഷും ഗൗരിക്കെതിരെ തന്റെ ഓഫീസിൽ നിന്നും കമ്പ്യൂട്ടറും പ്രിന്ററും സ്കാനറും കളവു പോയെന്നു പറഞ്ഞു പൊലീസിൽ പരാതി കൊടുത്തിരുന്നു. ഗൗരിക്കറിയാം അവരുടെ നാലഞ്ചുവയസ്സ് താഴെ ജനിച്ച തന്റെ സഹോദരനല്ല അധികാരമാണ് സംസാരിക്കുന്നതെന്നത്. താനും തന്റെ സഹോദരനുമായി സ്വാഭാവികമായി ഒരു കുടംബത്തിൽ ഉണ്ടാകാവുന്ന നേരിയ അഭിപ്രായ ഭിന്നതകളെ മുതലെടുക്കുക എന്നതും അതിലൂടെ തന്റെ പ്രവർത്തനങ്ങളെ നിർവീര്യമാക്കുക എന്നതാണ് തന്റെ മുഖ്യപ്രതിയോഗികളായ സംഘപരിവാർ പ്രഭൃതികളുടെ ഗൂഢതാല്പര്യം....! രണ്ടുപേരും കേസുകൾ പിൻവലിക്കാൻ തയ്യാറായി.

ഈ വേർപിരിയൽ അപ്രതീക്ഷിതമായിരുന്നില്ല. ഈ വേർപിരിയലിന്റെ പിന്നിൽ നടന്ന രാഷ്ട്രീയനാടകങ്ങളുടെ തിരശ്ശീല നീക്കിയാൽ ഗൗരിലങ്കേഷ് എന്ന പത്രപ്രവർത്തകയുടെ ആദർശശുദ്ധിയുടെയും ധാർമ്മിക നിലപാടുകളുടെയും തിളക്കം കാണാൻ കഴിയും. ഗൗരി ലങ്കേഷ് നേരത്തെതന്നെ ഒരു പ്രസിദ്ധീകരണത്തിന്റെ രജിസ്ട്രേഷൻ എടുത്തുവെച്ചിരുന്നു. ഏതിനിമിഷവും അനിയൻ ഇന്ദ്രജിത്ത് തന്റെ കൈയിലുള്ള പത്രമുടമയുടെ അധികാരഖഡ്ഗം ഉയർത്താം എന്ന് അവർ മുൻകൂട്ടി കണ്ടിരുന്നു. അതിനും ചില ധാർമ്മികതയുടെയും ആദർശങ്ങത്തിന്റെയും ഏറ്റുമുട്ടലുകളുടെ കഥകൾ പറയാനുണ്ട്.

2000 ൽ പി ലങ്കേഷ് മരിച്ചപ്പോൾ *ലങ്കേഷ് പത്രിക*യുടെ ഉടമസ്ഥാവകാശം ഇന്ദ്രജിത്ത് ലങ്കേഷിന്റെ കൈയിൽ വന്നു ചേർന്നുവെന്നു പറഞ്ഞുവല്ലോ. അക്കാലത്ത് സമൂഹത്തിൽ മാതൃകാപരമായ സേവനം നടത്തുന്ന നല്ല വ്യക്തികളെ ആദരവോടെ സഹായിക്കുന്നതിന് വേണ്ടി കർണ്ണാടക മുഖ്യമന്ത്രി എസ് എം കൃഷ്ണ ജി കാറ്റഗറി എന്ന പേരിൽ ഏതാനും പുരയിടങ്ങൾ (Site) തുച്ഛമായ വിലക്ക് കൊടുക്കാൻ തീരുമാനിച്ചു. പി ലങ്കേഷിനെപ്പോലുള്ള മഹത് വ്യക്തികൾക്ക് ന്യായമായും അർഹതയുള്ള ഭൂമി ഒരു ടാബ്ലോയിഡ് പ്രസിദ്ധീകരണത്തിന്റെ നിയമാ

നുസൃതമായ ഉടമയാണങ്കിലും ധാർമ്മികമായി യാതൊരു അർഹതയുമില്ലാത്ത ഇന്ദ്രജിത്ത് ലങ്കേഷ് വാങ്ങിയെടുത്തത് തികച്ചും അന്യായമായാണ് ഗൗരി കണ്ടത്. സർക്കാരിന്റെ മുന്നിൽ നിയമാനുസൃതമായ രേഖകൾ കാണിച്ചാണെങ്കിലും തന്റെ ഇളയ സഹോദരൻ ആ ഭൂമി വാങ്ങിയെടുത്തത് ധാർമ്മികനീതിക്കു നിരക്കുന്നതായിരുന്നില്ല എന്നവർ കൂട്ടുകാരോട് പറഞ്ഞിരുന്നു. ഇത്രമാത്രം പണത്തിനോട് ആസക്തിയുള്ള തന്റെ അനിയൻ ഇന്ദ്രജിത്തുമായി സഹകരിച്ചുകൊണ്ട് ചുട്ടുപൊള്ളുന്ന രാഷ്ട്രീയപാതകൾ താണ്ടാനാകില്ലെന്നവർ തിരിച്ചറിഞ്ഞു. ഇത്തരത്തിൽ ദുർബ്ബലനായ ഒരാളുമായി സഹകരിച്ചുകൊണ്ട് ഈ പ്രസിദ്ധീകരണം നടത്തിക്കൊണ്ട് പോയാൽ താൻ ഉദ്ദേശിക്കുന്ന രീതിയിൽ അഴിമതിക്കും രാഷ്ട്രീയ വഞ്ചനയ്ക്കുമെതിരെ പോരാടാൻ കഴിയില്ല എന്നവർ മനസ്സിലുറപ്പിച്ചിരുന്നു. അച്ഛനോ താനോ വില കല്പിക്കുന്ന ആദർശസംശുദ്ധിയുടെ നാലയലത്തുപോലും നില്ക്കാൻ അർഹതയില്ലാത്ത ഇന്ദ്രജിത്തിനെ അവർ കേവലം ഒരു സഹോദരൻ മാത്രമായി കാണാൻ തുടങ്ങി. നിസ്വാർത്ഥതയുടെ മാതൃകയാകാത്ത ഒരാൾക്ക് സമൂഹത്തിൽ നിവർന്നു നിന്ന് അനീതിക്കും അധർമ്മത്തിനുമെതിരെ പോരാടാനാകില്ല എന്നും ഗൗരിക്കറിയാം. വ്യക്തിശുദ്ധിയുടെയും ആദർശത്തിന്റെയും കാര്യത്തിൽ സഹോദരനും ഗൗരിയും വളരെ അകലങ്ങളിലായിരുന്നു. എന്നാൽ താനും സഹോദരനും തമ്മിലുള്ള വ്യക്തിപരമായ അസ്വാരസ്യങ്ങൾ രാഷ്ട്രീയമായി മുതലെടുത്ത് തന്റെ ശക്തി ക്ഷയിപ്പിക്കുക എന്നത് രാഷ്ട്രീയ എതിരാളികളുടെ താല്പര്യമായിരുന്നുവെന്നു ഗൗരി ലങ്കേഷ് തിരിച്ചറിഞ്ഞിരുന്നു. അതേസമയം ഈ തന്ത്രങ്ങളെ പിന്തിരിഞ്ഞോടാൻ ഗൗരി ലങ്കേഷ് തയ്യാറല്ലായിരുന്നു.

പ്രസിദ്ധീകരണത്തിന്റെ രജിസ്ട്രേഷൻ മുമ്പു എടുത്തുവെച്ചിരുന്നുവെങ്കിലും പെട്ടെന്നുണ്ടായ സാഹചര്യത്തിൽ ഒരു മാസിക തുടങ്ങുന്നതിനാവശ്യമായ സാമ്പത്തികം കൈയിലുണ്ടായിരുന്നില്ല. കമ്പ്യൂട്ടറുകളും ആവശ്യമായ ഫർണിച്ചറുകളും പലരുടെയും സഹായത്താൽ ഓഫീസിൽ വന്നുചേർന്നു. കാരണം ഗൗരി ലങ്കേഷിന്റെ പത്രം നിന്നുപോകുന്നത് നാടിന് നഷ്ടമാണെന്ന് മനസ്സിലാക്കിയ ധാരാളം സുഹൃത്തുക്കൾ അവർക്കുണ്ടായിരുന്നു.

അച്ഛൻ മരിക്കുന്നതിന് മുമ്പേ ഭാഗിച്ചുകൊടുത്തിരുന്ന ബസവനഗുഡിയിലെ ഗാഡിബസാറിലെ കെട്ടിടം നാല് പേർക്കായി എഴുതിവച്ചിരുന്നു. താഴത്തെ നില ഇന്ദ്രജിത്തിനും നടുവിലെ ഒന്നാം നില ഗൗരിക്കും മുകളിലെ രണ്ടം നില കവിതയ്ക്കും കൊടുത്തിരുന്നു. ഏറ്റവും മുകളിൽ ഒരു ചെറിയ മുറിയുള്ളത് അമ്മയ്ക്കും. ബാക്കി വരുന്ന പി ലങ്കേഷിന്റെ സ്വത്തുക്കൾ തുല്യമായി ഭാഗം വെക്കാതെ തന്നെ മുഴുവൻ ഇന്ദ്രജിത്ത് ലങ്കേഷിന് കൊടുത്തു. സഹോദരിയായ കവിതാ ലങ്കേഷും ഗൗരി ലങ്കേഷും അമ്മയും സാമ്പത്തിക കാര്യങ്ങളിൽ വഴക്കുകൂടുന്നത് ചെറിയ മനസ്സിന്റെ ബാലിശതയാണെന്ന തിരിച്ചറിവിൽ അതിനു വഴങ്ങിക്കൊ

ടുക്കുകയാണുണ്ടായത്. എന്നാൽ പി ലങ്കേഷിന്റെ പുസ്തകങ്ങളും അവയുടെ പകർപ്പവകാശവും ഗൗരി ലങ്കേഷിന് കവിതയും അമ്മയും എഴുതിക്കൊടുത്തപ്പോൾ ഇന്ദ്രജിത്ത് ലങ്കേഷിനു ഒരു നിശ്ചിത തുക ഗൗരി ലങ്കേഷ് കൊടുത്തിട്ടാണ് മകൻ എന്ന നിലയിൽ തനിക്കുണ്ടായിരുന്ന അച്ഛന്റെ പുസ്തകങ്ങളുടെ പകർപ്പവകാശം അയാൾ ഗൗരി ലങ്കേഷിനു വിട്ടുകൊടുത്തത്.

ഒരു സ്ത്രീ സ്വന്തംപേരിൽ ഇന്ത്യയിൽ ആദ്യമായി പ്രസിദ്ധീകരിക്കുന്ന പത്രം എന്ന ബഹുമതിയോടൊപ്പം ഒരു പരസ്യം പോലും സ്വീകരിക്കാതെ വിറ്റുവരവ് കൊണ്ട് മാത്രം; പ്രതിസന്ധികളുടെ നടുവിലും നടത്തിക്കൊണ്ടുപോയി എന്നതും ശ്രദ്ധേയമാണ്.

8

ഭീഷണികളും ആക്രമണങ്ങളും മാനഹാനിക്കേസുകളും

വൻകിട മുതൽമുടക്കുള്ള പത്രസ്ഥാപനങ്ങൾവരെ ഇന്ന് വൻവെല്ലുവിളികൾ നേരിടുകയാണ്. ടെലിവിഷൻ ചാനലുകൾ, നവ മാധ്യമങ്ങളുടെ കടന്നുകയറ്റം എന്നിവ വായനയെ പ്രതികൂലമായി ബാധിക്കുന്നു. ഈ അവസ്ഥയിൽ ഏറ്റവും ദുരിതമനുഭവിക്കുന്നത് ചെറുകിട പത്രമാസികകൾ നടത്തുന്നവരാണ്. പത്രത്തിന്റെ വരുമാനംകൊണ്ട് മാത്രം ശമ്പളം, പ്രസിലെ ചെലവുകൾ, വിതരണക്കാരുടെ കമ്മീഷൻ തുടങ്ങിയ ചെലവുകൾ നടത്തിക്കൊണ്ടുപോകാൻ ബുദ്ധിമുട്ടുകൾ പെരുകി വരികയായിരുന്നു. അധികവരുമാനം നേടാൻ വേണ്ടിയാണ് സാഹിത്യ ഗ്രന്ഥങ്ങൾ പ്രസിദ്ധീകരിക്കുന്നതിനുവേണ്ടി *ലങ്കേഷ് പ്രകാശന* എന്ന പ്രസിദ്ധീകരണശാഖ ഈ കമ്പനിയിൽ തന്നെ ആരംഭിച്ചത്. വിദ്യാർത്ഥികളുടെ പഠനാവശ്യങ്ങൾക്കായി *ഗൈഡ് പ്രകാശന* എന്ന മറ്റൊരു പ്രസാധനവും ഇതോടൊപ്പം നടത്തിയിരുന്നു. ഇതുകൊണ്ടൊന്നും പ്രതിമാസം വർദ്ധിച്ചു വരുന്ന ചെലവുകൾ നേരിടുന്നതിനു കഴിയാതെ വന്നു. അപ്പോഴും സഹായമായിരുന്നത് *ടൈംസ് ഓഫ് ഇന്ത്യ*യുടെ, *മിറർ* എന്ന പ്രസിദ്ധീകരണത്തിൽ കൈകാര്യം ചെയ്തിരുന്ന പംക്തിയിൽ നിന്ന് പ്രതിമാസം ലഭിക്കുന്ന മുപ്പതിനായിരം രൂപയായിരുന്നു. വാരികയുടെ നടത്തിപ്പിന് മുഴുവൻ സമയ റിപ്പോർട്ടർമാരെയും എഴുത്തുകാരെയും ജോലിക്കു വെക്കാനാകില്ല. അതിന്റെ സാമ്പത്തിക ബാദ്ധ്യത ഏറ്റെടുക്കാനുമാകില്ല. അതുകൊണ്ട് പാർട്ട്ടൈം ജേർണലിസ്റ്റുകളെയാണ് ഗൗരി ലങ്കേഷ് ആശ്രയിച്ചിരുന്നത്.

പി ലങ്കേഷ് എഴുതിയ *ഹുളിമാവിനെ മര* (പുളിയൻ മാവ്) എന്ന ആത്മകഥ കന്നഡയിൽ വളരെ കോളിളക്കം സൃഷ്ടിച്ചിരുന്നു. തന്റെ വിപ്ലവപരമായ ജീവിത വീക്ഷണം ആ ഗ്രന്ഥത്തിൽ തെളിഞ്ഞു കാണാം.

അതിന്റെ ആവർത്തനമെന്നോണം നാല് വർഷം മുമ്പ് അതായത് 2013 ൽ അദ്ദേഹത്തിന്റെ ഭാര്യ ഇന്ദിര ലങ്കേഷ് ഒരു ആത്മകഥയെഴുതാൻ തീരുമാനിച്ചു. അവർ പറയും മകൾ ഗൗരി ലങ്കേഷ് എഴുതിയെടുക്കും. ആ കൃതിയുടെ പേരാണ് *ഹുളിമാവിനെ മര മത്തു ഞാനു.* (പുളിയൻ മാവും ഞാനും) ആ ഗ്രന്ഥവും ലങ്കേഷ് പ്രകാശനെ എന്ന പ്രസിദ്ധീകരണത്തിൽ ഗൗരിലങ്കേഷ് പ്രസിദ്ധീകരിച്ചു. കൂടാതെ പല സാഹിത്യ കൃതികളും പ്രസിദ്ധീകരിച്ചിട്ടാണ് ഈ പത്രസ്ഥാപനം നടത്തിക്കൊണ്ട് പോകാൻ കഴിഞ്ഞത്.

വ്യക്തിജീവിതത്തിലും കുടുംബജീവിതത്തിലും ഇതിനിടയിൽ ചില ഗതിമാറ്റങ്ങളുണ്ടായി. സഹോദരി കവിത ലങ്കേഷ്, സഹോദരൻ ഇന്ദ്രജിത്ത് ലങ്കേഷ് എന്നിവരും വീട്ടിൽ നിന്നും മാറി വേറെ വീടുകളിൽ താമസമായി. അമ്മ മൂന്നുമക്കളുടെ വീട്ടിലും മാറി മാറി താമസിക്കുകയും ചെയ്തിരുന്നു. എന്നാൽ മനസ്സ് തീ പിടിച്ചു നാടിനുവേണ്ടി ഓടി നടന്ന ഗൗരി ലങ്കേഷിന്റെ കൂടെയാണ് അമ്മ അധികകാലവും താമസിച്ചിരുന്നത്. അവസാനമായപ്പോൾ ഗൗരി ലങ്കേഷ് അമ്മ പണികഴിപ്പിച്ചു കൊടുത്ത വീട്ടിൽ രാജരാജേശ്വരി നഗറിൽ ഒറ്റയ്ക്ക് താമയമായിരുന്നു. അച്ഛനെപ്പോലെ, ചിലപ്പോൾ അച്ഛനേക്കാൾ കൂടുതൽ നാടിനുവേണ്ടി തലപുകഞ്ഞു നടക്കുന്ന മകളെക്കുറിച്ച് അമ്മയ്ക്ക് അഭിമാനമായിരുന്നു. ആരോടും വഴക്കിടാതെ, പാവങ്ങളുടെ വേദനയിൽ മനസ്സലിയുന്ന ഗൗരി ലങ്കേഷിനെക്കുറിച്ച് അവർക്കു വേവലാതിയും ഉണ്ടായിരുന്നു. നേരത്തിനും സമയത്തിനും ഭക്ഷണം കഴിക്കാത്ത ഗൗരിക്ക് ഉച്ചഭക്ഷണം വീട്ടിൽനിന്നും പത്രമാപ്പീസിലേക്കു കൊടുത്തയക്കുമായിരുന്നു. ജോലിയുടെ ഭാഗമായി, തന്റെ രാഷ്ട്രീയ പ്രവർത്തനത്തിന്റെ ഭാഗമായി പലരോടും വിയോജിക്കേണ്ടി വന്നിട്ടുണ്ടെന്നല്ലാതെ വ്യക്തിപരമായി ഗൗരി ലങ്കേഷിന് ആരോടും വഴക്കോ വെറുപ്പോ ഉണ്ടായിരുന്നില്ല. എന്നാൽ ആദർശം വഴിമാറുന്നവർക്കെതിരെ ശക്തമായ കർക്കശനിലപാടുകൾ എടുക്കാൻ പലപ്പോഴും നിർബ്ബന്ധിതമായിരുന്നു. അതുകൊണ്ട് തന്നെ അവരുടെ എതിരാളികൾ ശത്രുക്കളായി മാറുകയായിരുന്നു.

കടുത്ത ഹിന്ദുത്വവാദികളുടെ വർഗ്ഗീയവാദത്തിനെതിരെയും ഫാസിസ്റ്റു പ്രവണതകൾക്കെതിരെയും എഴുതുകയും പ്രവർത്തിക്കുകയും ചെയ്യുമ്പോൾ തനിക്കെതിരെ വധഭീഷണിയുണ്ടാവുമെന്നറിയാമായിരുന്നു. വാട്സാപ്പ് ഫേസ്ബുക്ക് മെസ്സഞ്ചർ എന്നിവയിലൂടെ വധഭീഷണികൾ നിരന്തരം വന്നുകൊണ്ടിരുന്നത് ഗൗരിലങ്കേഷ് കാര്യമാക്കിയിരുന്നില്ല. അത്തരം വധഭീഷണികളിലൊന്നും ഗൗരി ലങ്കേഷ് എന്ന ആക്ടിവിസ്റ്റിന്റെ പ്രവർത്തനങ്ങൾ നിർത്തിവെപ്പിക്കാനോ അവരുടെ എഴുത്തിനെ തടയിടാനോ ആർക്കും കഴിഞ്ഞില്ല. ഭീഷണികൾക്കും വെല്ലുവിളികൾക്കും മുൻപിൽ അടിപതറാതെ സഞ്ചരിച്ച ധീരമായ വ്യക്തിത്വം ഗൗരി ലങ്കേഷിനെ എല്ലാ അർത്ഥത്തിലും വ്യത്യസ്തയാക്കുന്നു.

ഭീഷണികളെക്കുറിച്ച് ചോദിച്ചാൽ കൂട്ടുകാരോട് പറയും: "അത് പലർക്കും വരുന്നതാണ്. അതുകൊണ്ടൊന്നും തന്റെ പ്രവർത്തനം നിർത്താനോ വഴിതിരിച്ചു വിടാനോ ഒരിക്കലും ചിന്തിച്ചിട്ടു പോലുമില്ല." എന്നാൽ അവർക്കെതിരായി വരുന്ന വധഭീഷണികളെക്കുറിച്ച് അവർ പുറത്തു പറഞ്ഞിരുന്നില്ല. എങ്കിലും മറ്റുള്ളവരുടെ കാര്യം അവർ എഴുതിയിരുന്നു.

2016 നവംബർ മാസത്തിൽ *Newslaundry*ക്കു നല്കിയ അഭിമുഖത്തിൽ വെളിപ്പെടുത്തി:

"ഞാൻ നിങ്ങൾക്കുറപ്പു തരുന്നു. അവർ എന്റെയും വായ് മൂടിക്കെട്ടിക്കാൻ ഒരുമ്പെട്ടിരിക്കുകയാണ്." 2008 ൽ പ്രസിദ്ധീകരിച്ച ഒരു റിപ്പോർട്ടിനെ അടിസ്ഥാനമാക്കി ബി ജെ പിയുടെ സംസ്ഥാന വൈസ് പ്രസിഡന്റും ധാർവാർഡ് പാർലമെന്റ് മെമ്പറും ആയ പ്രഭുൽ ജോഷിയും മറ്റൊരു നേതാവ് ഉമേഷ് ദുഷിയും ചേർന്ന് നല്കിയ മാനനഷ്ടക്കേസിൽ ഹുബ്ബള്ളിയിലെ ജുഡീഷ്യൽ മജിസ്ട്രേറ്റ് 2016 ൽ ഗൗരി ലങ്കേഷിനെ ആറ് മാസം വെറും തടവിനും പതിനായിരം രൂപ പിഴയടയ്ക്കാനും വിധിക്കുകയുണ്ടായി. ബി ജെ പിക്കാരായ ശിവറാം ഭട്ട്, വെങ്കിടേഷ് മേസ്ത്രി, ഉമേഷ് ദുഷി എന്നിവർചേർന്ന് ഒരു ജുവല്ലറി ഉടമയിൽനിന്നും ഒരു ലക്ഷം രൂപ പണാപഹരണം നടത്തി വഞ്ചിച്ചു എന്നായിരുന്നു കേസ്. ജുവല്ലറി ഉടമ ആദ്യം പ്രഹ്ലാദ് ജോഷിയെ സമീപിച്ചുവെന്നും അവരെല്ലാവരും ഈ പണമിടപാടിൽ ഉൾപ്പെട്ടിരുന്നെന്നുമാണ് പത്രത്തിൽ വാർത്തവന്നതെന്നുമായിരുന്നു കേസ്. പരാതിക്കാരൻ പണം കൈപ്പറ്റിയത് ചതിയാണെന്ന് ആരാണ് പറഞ്ഞതെന്ന് ആവശ്യപ്പെട്ടപ്പോൾ, ഒരു പത്രപ്രവർത്തകയായ തനിക്കു അതിനു ബാദ്ധ്യതയില്ലെന്ന് അവർ വാദിച്ചു. (വാർത്ത പറഞ്ഞത് സത്യത്തിൽ ബി ജെ പി നേതാക്കൾ തന്നെയായിരുന്നുവെന്നും ജുവല്ലറി ഉടമയുമായി പരാതിക്കാരൻ കേസ് ഒത്തുതീർപ്പുണ്ടാക്കുകയാണുണ്ടായതെന്നും അവർ പിന്നീട് ന്യൂസ്ലാൻഡ്രിയോട് പറഞ്ഞു) എന്നാൽ പ്രസ്തുത വാദം അംഗീകരിക്കാതെ കോടതി അവരെ കുറ്റവാളിയായി കാണുകയും അവർക്കെതിരെ ശിക്ഷ വിധിക്കുകയും ചെയ്തു. രണ്ടു നേതാക്കളും നല്കിയ പരാതിയിൽ അവർ ശിക്ഷിക്കപ്പെട്ടു. എന്നാൽ അവർ മേൽക്കോടതിയിൽ അപ്പീൽ പോകുന്നതിനുവേണ്ടി ജാമ്യം ആവശ്യപ്പെട്ടപ്പോൾ കോടതി ജാമ്യം അനുവദിക്കുകയും ചെയ്തു. അവർ കൊല്ലപ്പെടുമ്പോൾ കേസ് മേൽക്കോടതിയിൽ നടക്കുകയായിരുന്നു. യഥാർത്ഥത്തിൽ ദേവാനന്ദ് ജഗൽപൂർ എന്ന റിപ്പോർട്ടറാണ് ആ വാർത്ത എഴുതിയതെങ്കിലും അയാൾക്കെതിരെ തെളിവ് ഹാജരാക്കാൻ കഴിയാതെ വന്നപ്പോൾ പത്രത്തിനെതിരായി തിരിഞ്ഞ് ഗൗരി ലങ്കേഷിനെ വേട്ടയാടുകയായിരുന്നു. ഈ വാർത്ത പല കന്നഡ പത്രങ്ങളിലും പ്രസിദ്ധീകരിച്ചു വന്നതാണെങ്കിലും ഗൗരി ലങ്കേഷിന്റെ ബി ജെ പി വിരുദ്ധ നിലപാടുകളോടുള്ള എതിർപ്പുകൊണ്ടാണ് ശത്രുതാപരമായി പെരുമാറി അവർ കേസ് കൊടുത്തത്.

2009 ൽ ബെലെഗ്ഗേറെയും രാജുവും തമ്മിലുണ്ടായ ഒരു കേസിൽ ഒരു വാർത്ത എഴുതിയതിന്റെ പേരിൽ ഇതുപോലെതന്നെ നിയമസഭ പ്രിവിലേജ് കമ്മിറ്റിയുടെ മുന്നിൽ ഹാജരാവാൻ നിർബ്ബന്ധമായി. മാപ്പ് എഴുതിക്കൊടുത്തു വിഷയം ഒത്തുതീർപ്പാക്കി. അതിനെക്കുറിച്ച് അവർ പിന്നീട് പറഞ്ഞത്, വലിയ ലക്ഷ്യത്തിനു വേണ്ടി പ്രവർത്തിക്കാൻ വേണ്ടി ആത്മാർത്ഥമായല്ലെങ്കിലും മാപ്പെഴുതിക്കൊടുക്കേണ്ടി വന്നു എന്നാണ്. തന്നെ മാവോയിസ്റ്റായും ഹിന്ദുവിരോധിയായും മുദ്രകുത്തി സമൂഹത്തിൽ നിന്നും ഒറ്റപ്പെടുത്താൻ ശ്രമിക്കുന്നതിനെതിരെ അവർ പ്രതികരിച്ചു. ബസവണ്ണയുടെയും ഡോക്ടർ അംബേദ്കറുടെയും ഭാവനയിലുള്ള ജാതിരഹിതമായ സമൂഹത്തിനു വേണ്ടി പ്രവർത്തിക്കുന്ന തന്നെ ടാറടിച്ചു കാണിക്കാൻ തീവ്ര ഹിന്ദുത്വവാദികൾ ശ്രമിക്കുകയാണ്. താൻ ചെയ്യുന്നത് തികച്ചും ഭരണഘടനാപരമായ ദൗത്യമാണ് എന്നവർ പ്രഖ്യാപിച്ചു.

2016 ൽ ഗൗരി ലങ്കേഷ് കൂടുതൽ ശക്തിയാർജ്ജിച്ചു. ഫാസിസ്റ്റു ശക്തികളെ നേരിട്ടുകൊണ്ടിരിക്കുമ്പോൾ അവരുടെ കാര്യങ്ങളെ ദുർബ്ബലമാക്കാൻ വരുമാനം കുറയ്ക്കുക എന്ന തന്ത്രം ഫാസിസ്റ്റു ശക്തികൾ പ്രയോഗിച്ചു; എന്നാണവർ സുഹൃത്തുക്കളോട് പറഞ്ഞത്. *മിറർ* എന്ന പ്രസിദ്ധീകരണത്തിൽ പ്രതിവാരം എഴുതിയിരുന്ന പംക്തി, നിർത്തലാക്കാൻ അവരുടെ മേലുദ്യോഗസ്ഥനെ മാറ്റി നിയമിച്ചുകൊണ്ട് *ടൈംസ് ഓഫ് ഇന്ത്യ* തീരുമാനിക്കുകയും പുതിയതായി വന്ന ഉദ്യോഗസ്ഥൻ ഗൗരി ലങ്കേഷ് എഴുതിക്കൊണ്ടിരിക്കുന്ന പംക്തി നിർത്തലാക്കുകയും ചെയ്തു. പ്രതിമാസം അവർക്കു കിട്ടിയിരുന്ന മുപ്പതിനായിരം രൂപ അങ്ങനെ ലഭിക്കാതെയായി. എന്നാൽ ഗൗരി ലങ്കേഷിനെ അതൊന്നും ബാധിച്ചിരുന്നില്ല അവർ തന്റെ പ്രവർത്തനങ്ങളിൽ മുഴുകിക്കൊണ്ടേയിരുന്നു.

ശാരീരികാക്രമണങ്ങൾകൊണ്ട് തളർത്തുക എന്നതായിരുന്നു മറ്റൊരു തന്ത്രം. ശിവമോഗയിൽ വെച്ച് കൂടാനിരുന്ന പുരോഗമന സാഹിത്യ സമ്മേളനത്തിൽ ഗൗരിലങ്കേഷ് പങ്കെടുക്കരുതെന്ന് സംഘപരിവാർ ശക്തികൾ 'കല്പന' പുറപ്പെടുവിച്ചു. സംഘാടകരോട് കല്പിച്ചു. എന്നാൽ ഗൗരിയെ ക്ഷണിക്കുമെന്നും ഗൗരി പ്രസംഗിക്കുമെന്നും സംഘാടകർ ധീരമായി പറയുകയുണ്ടായി. അതനുസരിച്ച് ഗൗരിലങ്കേഷ് വരികയും പ്രസംഗിക്കുകയും ചെയ്തു. ആ സമയത്ത് ചില ഗുണ്ടകൾ അവരെ ആക്രമിക്കാൻവരികയുണ്ടായെങ്കിലും സിരിമനെ നാഗരാജിന്റെ മകൾ മല്ലികയും സഹപ്രവർത്തകരും തന്ത്രപരമായി അവരെ അക്രമകാരികളിൽ നിന്നും ഒഴിവാക്കി മാറ്റിക്കൊണ്ടുപോകുയാണുണ്ടായത്.

കോമു സൗഹാർദ്ദ വേദിയുടെ സമ്മേളനത്തിന്റെ ഭാഗമായി ഗൗരി ലങ്കേഷ് ബാംഗ്ലൂർ നഗരത്തിൽ റാലിയിൽ പങ്കെടുക്കാനായി വരുമ്പോൾ മൈസൂർ ബാങ്ക് സർക്കിളിൽ വെച്ച് സംഘപരിവാർ ഗുണ്ടകൾ അവരുടെ കാർ തടഞ്ഞു ശാരീരികാക്രമണത്തിനു വിധേയമാക്കി.

9

ലിംഗായത്തുകൾ ഹിന്ദുക്കളല്ല?

ചരിത്രം

കർണ്ണാടകത്തിലെ ബാഗെവതി എന്ന പ്രദേശം ബിജാലാ എന്ന രാജാവ് ഭരിച്ചിരുന്ന കാലത്ത് മദിരാജ-മദ്ദളംബ ബ്രാഹ്മണ ദമ്പതികളുടെ മകനായി ബസവ പന്ത്രണ്ടാം നൂറ്റാണ്ടിൽ ജനിച്ചു. പ്രസ്തുത നാട്ടുരാജ്യത്തിലെ മന്ത്രിയായിരുന്ന ബാലദേവ അസുഖമായി കിടപ്പിലായതോടെ അദ്ദേഹത്തിന്റെ മരുമകനായ ബസവയെ മന്ത്രിയായി നിയമിച്ചെന്നും മറിച്ച് ഭൂമിക്കടിയിലുണ്ടായിരുന്ന ഒരു നിധിയെക്കുറിച്ചു ഒരു ലിഖിതം കണ്ടെത്തി ബസവ അത് വായിച്ചുവെന്നും നിധി കണ്ടെത്താൻ രാജാവിനെ സഹായിച്ചുവെന്നും അങ്ങനെ രാജാവിനാൽ സംപ്രീതനായി അദ്ദേഹത്തെ മന്ത്രിയായി രാജാവ് നിയമിച്ചുവെന്നും അഭിപ്രായമുണ്ട്.

ബസവേശ്വര ഗുരു

ചെറുപ്പകാലം മുതലേ ബ്രാഹ്മണ സമൂഹത്തിലെ പൂണൂൽ ധാരണ ചടങ്ങിനെയും വൈദികാചാരങ്ങളെയും വിമർശനബുദ്ധിയോടെ സമീപിച്ചിരുന്ന ബസവ ഏതാനും വർഷം മന്ത്രിയായി സേവനമനുഷ്ഠിച്ച ശേഷം കൊട്ടാരം വിട്ടിറങ്ങി വിപ്ലവപരമായ ചിന്തകൾക്ക് തിരികൊളുത്തിക്കൊണ്ട് ഹിന്ദുമതത്തിലെ യഥാസ്ഥിതിക പ്രമാണങ്ങൾക്കെതിരെ പ്രചാരണം തുടങ്ങി. അദ്ദേഹം ജാതി വ്യവസ്ഥയ്ക്കെതിരായിരുന്നു. ജാതി വ്യവസ്ഥ മനുഷ്യനെ ഭിന്നിപ്പിക്കുന്നുവെന്നും ജാതിയില്ലാത്ത ഒരു സമൂഹം വേണമെന്നും അദ്ദേഹം പ്രചരിപ്പിച്ചു. സന്ന്യാസിമാരായിരുന്ന അല്ലാമാ പ്രഭു, അക്കാ മഹാദേവി, ശിവണ്ണ ബാസവണ്ണ എന്നിവരെയും അക്കാലത്തെ സാമാന്യജനങ്ങളെയും അദ്ദേഹത്തിന്റെ ആശയങ്ങൾ

പ്രത്യേക മതമായി തങ്ങളെ പരിഗണിക്കണമെന്ന് ആവശ്യപ്പെട്ടു കൊണ്ടുള്ള ലിംഗായത്തുകളുടെ പ്രക്ഷോഭം

സ്വാധീനിച്ചു. ജനങ്ങൾ തന്റെ അഭിപ്രായങ്ങളോട് യോജിച്ചപ്പോൾ, പുതിയൊരു ധർമ്മശാസ്ത്രത്തിനു രൂപം കൊടുത്തുകൊണ്ട് അദ്ദേഹം സ്ഥാപിച്ച മതമാണ് 'ലിംഗായത് മതം.'

ലിംഗായത്മതയിൽ എല്ലാതരം ജാതികളെയും ചേർത്തിരുന്നു. അയിത്തമുണ്ടായിരുന്ന താഴ്ന്ന ജാതിക്കാരെയും വരേണ്യരായ ബ്രാഹ്മണരെയും ഉൾപ്പെടുത്തി സമത്വം ഉൽഘോഷിച്ച മതമായിരുന്നു ലിംഗായത്തുകൾ. അദ്ദേഹം തന്റെ ബ്രാഹ്മണജന്മത്തെയും ബഹുദൈവസങ്കല്പത്തെയും തള്ളിപ്പറഞ്ഞുകൊണ്ട് ഏക ദൈവത്തിൽ വിശ്വസിച്ചു. വൈദികാചാരങ്ങളോടെ നടക്കുന്ന ക്ഷേത്രാരാധനസമ്പ്രദായങ്ങളെ ശക്തിയായി എതിർത്ത അദ്ദേഹം അയിത്തത്തിനും അനാചാരങ്ങൾക്കുമെതിരെ ശക്തമായി പ്രചാരണം നടത്തി. അടിച്ചമർത്തപ്പെട്ടവനെയും അയിത്തക്കാരനെയും അദ്ദേഹം കൂട്ടിച്ചേർത്ത് മാനവികതയുടെ മഹത്സന്ദേശങ്ങൾ പ്രോദ്ഘാടനം ചെയ്യുന്ന മതം കെട്ടിപ്പടുത്തു. ലിംഗായത്തു ദർശനം ആന്ധ്ര പ്രദേശിലും മഹാരാഷ്ട്രയിലും തമിഴ്നാട്ടിലും കേരളത്തിലും ശ്രീലങ്കയിലും പ്രചരിപ്പിക്കപ്പെട്ടിട്ടുണ്ട്. കർണ്ണാടക സംസ്ഥാനത്തിലെ പതിനേഴു ശതമാനം പേരും ഈ മതവിശ്വാസികളാണ്. 'തൊഴിലാണ് ദൈവം' (Work is Workship) എന്ന് തുടങ്ങിയ ഭൗതിക ആശയങ്ങളാണ് ഈ മതത്തിന്റെ ആശയാടിത്തറ. മഹത്തായ സന്ദേശങ്ങളടങ്ങിയ വചനസാഹിത്യം എന്ന ദർശനങ്ങളടങ്ങിയ ഒരു കൃതി ബസവണ്ണ എഴുതി പ്രചരിപ്പിച്ചു.

എന്നാൽ ഇതോടൊപ്പം തന്നെ ബ്രാഹ്മണരുടെ പ്രതിഷേധങ്ങളും

പ്രതിബന്ധങ്ങളും ഉയരുകയും ചെയ്തിരുന്നു. അക്കാലത്തു സ്ഥാപിച്ച മഠങ്ങളും മതബോധങ്ങളും ബ്രാഹ്മണ സമൂഹത്തിൽപ്പെട്ടവർ നശിപ്പിച്ചു കളഞ്ഞു. ബസവണ്ണ വിഭാവനം ചെയ്ത എല്ലാ രൂപത്തിലുമുള്ള ജീവിതവ്യവസ്ഥകളടങ്ങിയ ഗ്രന്ഥങ്ങളും നശിപ്പിക്കപ്പെട്ടപ്പോൾ ലിംഗായത്തുകളായി മാറിയ പലരും ബ്രാഹ്മണാചാരങ്ങളിലേക്കു തിരിച്ചുവരികയും അത്തരം ജനങ്ങളെ വീരശൈവരെന്നു വിളിക്കുകയും ചെയ്തു. അങ്ങനെ ബസവേശ്വരൻ സ്ഥാപിച്ച ലിംഗായത്തുകളിൽ രണ്ടു ചിന്താഗതി വളർന്നുവരികയും ചെയ്തു. ബസവണ്ണയുടെ ആദർശങ്ങളെ പിന്തുടരുന്നവർ ലിംഗായത്തുകളാവുകയും ഹിന്ദുമതാചാരങ്ങൾ പിന്തുടരുന്നവർ വീരശൈവരായി മാറുകയും ചെയ്തു.

ബസവണ്ണ എഴുതിയ ആയിരക്കണക്കിനുള്ള വചനങ്ങൾ (ദാർശനിക വാക്യങ്ങൾ) ആണ് ലിംഗായത്തുകളുടെ മതാടിത്തറ. അവർ വേദം, വൈദികശാസ്ത്രം, സ്മൃതി, ഉപനിഷത്ത് എന്നിവയെ നിരാകരിക്കുന്നു. വർണ്ണാശ്രമ നിയമങ്ങളാധാരാധിഷ്ഠിതമായ ജാതി വ്യവസ്ഥയെ പൂർണ്ണമായും തള്ളിക്കളയുന്നു. ജാതിയെ അടിസ്ഥാനമാക്കിയ കർമ്മവും പാപപുണ്യം നിലപാടുകളും അവയോട് ബന്ധപ്പെട്ട സ്വർഗ്ഗ-നരക സങ്കല്പങ്ങളും അവർ അംഗീകരിക്കുന്നില്ല. ലിംഗാരാധനയെ അവർ എതിർക്കുന്നു. ആന്തരികമായ മനസ്സാക്ഷിയെ അവർ അംഗീകരിക്കുന്നു. തൊഴിലാണ് ആരാധിക്കപ്പെടേണ്ടതെന്നും ജാതികൾ ഇടകലർന്നു ഭക്ഷണം കഴിക്കുന്നതും ഇടകലർന്നു ജീവിക്കുന്നതിലൂടെയാണ് സമൂഹം സ്വതന്ത്രമാകുന്നതെന്നും ജാതികൾ തമ്മിൽ തൊഴിലാടിസ്ഥാനത്തിൽ വിഭജിച്ചാൽ മനുഷ്യർ തമ്മിൽ അകലുമെന്നും അതുകൊണ്ട് ജാതി പാടില്ലെന്നും അവർ ആവശ്യപ്പെടുന്നു. ജാതി വിഭജനമില്ലാത്ത മതമാണ് ലിംഗായത് മതം. സമൂഹത്തിൽ സാധാരണക്കാർ സംസാരിക്കാത്ത സംസ്കൃതത്തെക്കാൾ സാധാരണക്കാരന് മനസ്സിലാവുന്ന മാതൃഭാഷയായ കന്നഡയെ അവർ ഭാഷയായി അംഗീകരിക്കുകയും സ്വീകരിക്കുകയും ചെയ്യുന്നു. ഇങ്ങനെ എല്ലാ തരത്തിലും വിപ്ലവകരമായ ചിന്താഗതിയാണ് ലിംഗായത്തുകാർ മുന്നോട്ട് വെക്കുന്നത്.

പ്രൊഫ. എം എം കൽബുർഗി (28 നവംബർ 1938– 30 ആഗസ്റ്റ് 2015)

കഴിഞ്ഞ രണ്ടു ദശാബ്ദങ്ങൾക്ക് മുമ്പ് വചന സാഹിത്യത്തെക്കുറിച്ച് പണ്ഡിതശ്രേഷ്ഠനായ പ്രൊഫ. എം എം കൽബുർഗി (മല്ലേശ്പ്പ മടിവാളപ്പ കൽബുർഗി) ഹിന്ദുമതത്തിലെ അയിത്തവും അനാചാരവും അന്ധവിശ്വാസങ്ങളും ഉന്മൂലനം ചെയ്യണമെന്ന് ആഹ്വാനം ചെയ്തുകൊണ്ട് നടത്തിയ ഗവേഷണങ്ങൾ അവതരിപ്പിച്ചു. ബസവണ്ണയുടെ രചനയായി കണക്കാക്കപ്പെടുന്ന വചന സാഹിത്യത്തിലെ, ഇരുപത്തി രണ്ടായിരം (22000 വചനങ്ങൾ) താളിയോലയിൽ നിന്നും പകർത്തി അദ്ദേഹം പ്രസി

ദ്ധീകരിക്കുകയുണ്ടായി. അതോടെ ലിംഗായത്തുകൾ ഉയർത്തുന്ന ഹിന്ദു വിരുദ്ധതയ്ക്കും പ്രത്യേകമതത്തിനും വേണ്ടിയുള്ള ആവശ്യത്തിന് ശക്തി വർദ്ധിപ്പിക്കാൻ കഴിഞ്ഞു. 2015 ആഗസ്ത് 30 ന് ധാർവാറിലുള്ള തന്റെ സ്വവസതിയിൽവെച്ച് ഏതോ അജ്ഞാതർ അദ്ദേഹത്തെ വെടിവെച്ചു കൊല്ലുന്നത് ആ സംഭവത്തിന്റെ തുടർ നടപടിയാണെന്ന് സംശയിക്കപ്പെടുന്നു.

ലിംഗായത്തുകളും വീരശൈവരും പരസ്പരം വിയോജിക്കുകയും വ്യത്യസ്തമായ വാദമുഖങ്ങൾ നിരത്തുകയുമാണ്. തങ്ങൾ വേറെ ഒരു മതമല്ലെന്നും തങ്ങളെല്ലാവരും ഹൈന്ദവരാണെന്നുമാണ് വീരശൈവർ പറയുന്നത്. എന്നാൽ, ഹിന്ദുമതത്തിന്റെ ജാതിവിഭജനമടക്കം എല്ലാ അനാചാരങ്ങളെയും എതിർത്തുകൊണ്ട് ബസവണ്ണ സ്ഥാപിച്ച ലിംഗായത് മതം, ഹിന്ദുമതത്തിനോട് എല്ലാവിധത്തിലും വിയോജിക്കുന്നുവെന്നും ക്ഷേത്രാചാരങ്ങളോടും അനുബന്ധമായ അനുഷ്ഠാനങ്ങളോടും തങ്ങൾക്കു യോജിക്കാനാവില്ലെന്നും അവർ വാദിക്കുന്നു. ലിംഗായത്തുകൾക്ക് പ്രത്യേക മതമായി അംഗീകാരം കിട്ടണമെന്നും ന്യൂനപക്ഷപദവി ലഭിക്കണമെന്നും വാദിക്കുന്നു. ഈ വാദം കർണ്ണാടകത്തിൽ വർഷങ്ങളായി നടന്നുവരികയാണ്.

വിഷയം രാഷ്ട്രീയമാവുന്നു

വിഷയം രാഷ്ട്രീയമായി ബി ജെ പി നേതാവ് ബി എസ് യെദിയൂരപ്പ ഏറ്റെടുക്കുകയും വീരശൈവർ ഹിന്ദുക്കളാണെന്നും ഹിന്ദുമതത്തിന്റെ ഭാഗമാണെന്നും വാദിച്ചു. എന്നാൽ കോൺഗ്രസ് നേതാവും മുഖ്യമന്ത്രിയുമായ സിദ്ധരാമയ്യ ലിംഗായത്തുകളുടെ ഭാഗത്തു നിന്നാണ് വാദിച്ചത്. ലിംഗായത്തുകൾ ഹിന്ദുക്കളല്ലെന്നു വാദിക്കുന്നതിന് അദ്ദേഹം കണ്ടെത്തിയത് ജാതിവിവേചനത്തിനും അസമത്വത്തിനും എതിരായി ബസവണ്ണ രൂപീകരിച്ച മതമാണ് ലിംഗായത് മതമെന്നുമാണ്. അത് കൊണ്ട് അദ്ദേഹം ലിംഗായത്തുകൾ നടത്തുന്ന സമരങ്ങൾക്കു സഹായം നല്കുകയും ചെയ്തു. അവർ നടത്തിയ സമരങ്ങളും ദേശീയ തലത്തിൽ തങ്ങളെ ഒരു മതമായി അംഗീകരിക്കണമെന്നുമുള്ള ആവശ്യവും കേന്ദ്ര സർക്കാരിന്റെ ശ്രദ്ധയിൽ പെടുത്താമെന്ന് വാഗ്ദാനം നല്കുകയും അതിനു വേണ്ടുന്ന സഹായങ്ങൾ ചെയ്തു കൊടുക്കുകയും ചെയ്തു. ലിംഗായത്തു മതത്തിൽ ജനിച്ചുവളർന്ന പി ലങ്കേഷിനും അദ്ദേഹത്തിന്റെ മകൾ ഗൗരി ലങ്കേഷിനും ഇതേ നിലപാടായിരുന്നു. ഗൗരി ലങ്കേഷ് ഈ വിഷയങ്ങൾ പത്രത്തിൽ പ്രാധാന്യത്തോടെ ചർച്ച ചെയ്യുകയും അനുകൂലമായ നിരവധി ലേഖനങ്ങൾ പ്രസിദ്ധീകരിക്കുകയും ചെയ്യുകയുണ്ടായി. ഈ വിഷയം യഥാർത്ഥത്തിൽ സംഘപരിവാറിന് അനിഷ്ടമുണ്ടാവാൻ കാരണമായിട്ടുണ്ടെന്നു ഗൗരിലങ്കേഷിന്റെ സുഹൃത്തുക്കൾ കരുതുന്നു. സംസ്ഥാനത്തിന്റെ പതിനേഴു ശതമാനം വരുന്ന ലിംഗായത്തു

കൾ ഹിന്ദുക്കളല്ല എന്ന് വന്നാൽ, അത് ഹൈന്ദവരുടെ വോട്ടുബാങ്കിന്റെ അടിത്തറയിൽ കെട്ടിപ്പടുക്കുന്ന തങ്ങളുടെ രാഷ്ട്രീയത്തിന് ശക്തി കുറയുമെന്നവർ കണക്കുകൂട്ടിയിരുന്നു. യദിയൂരപ്പ എന്ന ഭാരതീയ ജനതാ പാർട്ടി നേതാവ് വീരശൈവർ (ലിംഗായത്തു മതത്തിലെ ജനത) ഹിന്ദുക്കളാണ് എന്ന് വാദിച്ചിരുന്നുവെന്നതിന്റെ കാരണവും ഇത് തന്നെയായിരുന്നു എന്ന് രാഷ്ട്രീയ നിരീക്ഷകർ അനുമാനിക്കുന്നു. ലിംഗായത്തുകളുടെ കൂടി ശക്തിയിലാണ് ബി ജെ പി എന്ന പാർട്ടി അധികാരം പിടിക്കാൻ ശ്രമിക്കുന്നത് എന്നതുകൊണ്ട്, ഹിന്ദുമതത്തിന്റെ എണ്ണം കുറച്ചു കാണിച്ചാൽ അത് ബി ജെ പിയുടെ രാഷ്ട്രീയ ശക്തിയെ ദുർബ്ബലപ്പെടുത്താൻ കഴിയുമല്ലോ എന്ന് കോൺഗ്രസ് നേതാവ് സിദ്ധരാമയ്യ കണക്കുകൂട്ടി കാണുമെന്നും നിരീക്ഷകർ കാണുന്നുണ്ട്. ചരിത്രപരമായും സ്വന്തം സമുദായത്തെ ബാധിക്കുന്ന നിലപാടായതിനാലും ഈ വിഷയത്തിൽ ഒരു നിലപാടെടുത്തതിൽ ഗൗരി ലങ്കേഷ് രാഷ്ട്രീയ പക്ഷപാതമല്ല കാണിച്ചതെന്നും ശരിയായ നിലപാടാണതെന്നുമാണ് നിരീക്ഷകപക്ഷം. ജാതീയമായ വിഭജനവും വിവേചനവും ഹിന്ദുമതത്തിൽ നിലനില്ക്കുന്നുവെന്നും അന്ധവിശ്വാസങ്ങളും അനാചാരങ്ങളും നിലനിർത്തിക്കൊണ്ട് താഴ്ന്ന ജാതിക്കാരനെ ചൂഷണം ചെയ്യുന്ന വൈദിക മേൽക്കോയ്മയുള്ള ബ്രാഹ്മണ്യം ആണ് ഹിന്ദുമതത്തിൽ വിയോജിക്കപ്പെടേണ്ട കാര്യമെന്നും അവർ വാദമുഖങ്ങൾ നിരത്തി. ബി ജെ പി എന്ന രാഷ്ട്രീയ പാർട്ടിയോടുള്ള വിയോജിപ്പല്ല, മറിച്ച് സത്യത്തിന്റെയും ശരിയുടെയും കൂടെ നില്ക്കുക എന്നതാണ് അവരുടെ നിലപാട്. ഈ വിഷയത്തിലും അവർ അങ്ങനെ ഒരു നിലപാട്, എടുത്തു. എന്നാൽ അവരുടെ വിരോധികൾക്കു ഈ വിഷയം ഇഷ്ടമാകില്ല എന്നത് അവർക്ക് ബാധകമായിരുന്നില്ല എന്നതാണ് യാഥാർത്ഥ്യം.

ഹൈന്ദവവികാരം ഇളക്കിവിട്ടുകൊണ്ട്, അധികാരത്തിന്റെ ഏണിപ്പടികൾ കയറുന്ന ബി ജെ പിയുടെ രാഷ്ട്രീയാടിത്തറയിൽ ഈ വാദമുഖങ്ങൾ വിള്ളലുകളുണ്ടാക്കുമെന്നുറപ്പാണ്. തങ്ങളുടെ അധികാര ലക്ഷ്യങ്ങൾക്കെതിരെ നില്ക്കുന്നവരെ ഏതു മാർഗ്ഗത്തിലൂടെയും എതിർക്കും. ആ എതിർപ്പ് ഗൗരി ലങ്കേഷിനു നേരെയും അവർ പ്രകടിപ്പിച്ചിരുന്നു.

10

ദളിതരും ന്യൂനപക്ഷങ്ങളും മനുഷ്യരല്ലേ?

ഹിന്ദുമതധർമ്മവും സംഘപരിവാർ മുഴക്കുന്ന ഹിന്ദുത്വവും രണ്ടാണെന്ന് ഗൗരിലങ്കേഷ് വിശദീകരിച്ചു. മാനവികതയും ബഹുസ്വരതയും അന്യമതസ്പർദ്ധയില്ലാത്തതുമായ ഹിന്ദുധർമ്മത്തെ സംഘപരിവാർ സംഘടനകൾ അവരുടെ രാഷ്ട്രീയ അധികാരം പിടിച്ചെടുക്കുന്നതിനായി ദുർവ്യാഖ്യാനിക്കുകയാണ്. ഹിന്ദു ധർമ്മത്തെ ജാതികളായി തിരിച്ച് അവർ തമ്മിൽ അയിത്തവും അനാചാരവും വളർത്തി, പരസ്പരം അടുക്കാതെ, ബ്രാഹ്മണരുടെ മേധാവിത്വം അടിച്ചേല്പിക്കുന്നതാണ് ഹിന്ദുത്വരാഷ്ട്രീയം. അതൊരിക്കലും ഹിന്ദുധർമ്മത്തോട് നീതി പുലർത്തുന്നില്ല. മാനുഷ്യരെ ജാതിയുടെയും മതത്തിന്റെയും പേരിൽ തമ്മിൽ അകറ്റുകയും സ്പർദ്ധ വളർത്തുകയും അതിലൂടെ ഹിന്ദുവികാരം വളർത്തിയെടുത്ത് രാഷ്ട്രീയ അധികാരം നേടുകയും ചെയ്യുന്നത് ഹിന്ദുധർമ്മമല്ല, ഹിന്ദുത്വ രാഷ്ട്രീയവാദമാണ്. അതിനെ അംഗീകരിക്കാൻ കഴിയില്ല.

ദളിത ചൂഷണം

ദളിതന്റെ ജീവിതം അതീവ ദുഷ്കരമാണ്. നൂറ്റാണ്ടുകളായി അടിമവ്യവസ്ഥിതിയിൽ തറുതല പറയാതെ ജന്മിയോട് തട്ടിക്കയറാതെ, അക്ഷരം വായിക്കാതെ, അറിവിന്റെ പടിവാതിൽ തുറന്നു വെളിയിൽ വരാത്ത അടിയാളനായി ജീവിക്കലാണോ ദളിത് ജീവിതം? സമൂഹത്തിൽ മാന്യമായി മനുഷ്യനായി ജീവിക്കാൻ അവനും അർഹതയില്ലേ? അവനു വിദ്യാഭ്യാസവും തൊഴിലും അർഹമായ വേതനവും, മാന്യമായ ജീവിത സൗകര്യങ്ങളും അർഹതപ്പെട്ടതല്ലേ? അവനു ജീവിക്കാൻ ഇടം വേണ്ടേ? അവനു പണിയെടുക്കാൻ ഭൂമി വേണ്ടേ? സംസ്ഥാനത്തുള്ള ഭൂമി ഒരു ശതമാനമെങ്കിലും ദളിതന്റെ കൈവശമുണ്ടോ? അവൻ പരമ്പരാഗതമായി

ജീവിക്കാൻ വേണ്ടി എടുത്തിരുന്ന തൊഴിൽ നഷ്ടപ്പെട്ടാൽ പിന്നെ അവനു യോജ്യമായ തൊഴിലവസരം ഒരുക്കിക്കൊടുക്കാൻ സമൂഹത്തിനു ബാദ്ധ്യതയില്ലേ? ഇതിനെല്ലാം നിരവധി അവ്യക്തവും അപ്രായോഗികവും ദളിത് വിരുദ്ധവുമായ മറുപടികളാണുണ്ടാവുക. എന്നാൽ അവനോടൊപ്പം നിന്നു കൊണ്ട് അവന്റെ പ്രശ്നങ്ങളെ കണ്ടറിഞ്ഞു സഹായിക്കുക, അവന്റെ ആവശ്യങ്ങൾ സമൂഹത്തിൽ ഉന്നയിക്കുക, അവനെ ഉപദ്രവിക്കുന്നവർക്കെതിരെ അവനെ സഹായിച്ചു കൊണ്ട് നിലകൊള്ളുക എന്ന നിലപാടാണ് ഗൗരി ലങ്കേഷ് സ്വീകരിച്ചത്. മുന്നോട്ടുള്ള ഓരോ കാൽവെപ്പും പുരോഗതിയിലേക്കാണ്, കാലത്തിനു ഒരിക്കലും പിന്നിലേക്ക് നടക്കാനാവില്ല എന്ന് ഗൗരി ലങ്കേഷിനറിയാം.

എന്നാൽ ദളിതരുടെ സംഘാടനം ശരിയായ രീതിയിൽ നടന്നിട്ടില്ല. ദളിതരെ സംഘടിപ്പിച്ചിട്ടുള്ളത് വിരുദ്ധതാല്പര്യങ്ങളുടെ മറവിലാണ്. അംബേദ്കർ സംഘങ്ങളും ദളിത് വിമോചന സംഘടനകളും ലോക രാഷ്ട്രീയവും പ്രാദേശിക രാഷ്ട്രീയവും ശരിയായി വിശകലനം ചെയ്യുന്നുണ്ടോ എന്ന കാര്യത്തിൽ ഗൗരി ലങ്കേഷിനു സംശയമുണ്ട്. അവർക്കു കമ്യൂണിസ്റ്റ് പ്രസ്ഥാനങ്ങളുമായി അടുക്കാൻ കഴിയാത്ത രീതിയിൽ പക വളർന്നു വന്നിട്ടുണ്ട്. സത്യത്തിൽ കമ്യൂണിസ്റ്റ് പ്രസ്ഥാനവുമായി യോജിക്കാൻ ദളിത് സംഘടനകൾക്ക് എന്താണ് പ്രായോഗിക ബുദ്ധിമുട്ടുകൾ? വർഗ്ഗീയതയും ഭീകരതയും അന്ധവിശ്വാസങ്ങളും വളർത്തി ലോകത്തെ അടിച്ചമർത്തുന്ന ഫാസിസ്റ്റു ശക്തികളെ നേരിടാൻ എല്ലാ ജനാധിപത്യ സംഘടനകളും പ്രസ്ഥാനങ്ങളും യോജിച്ചു നിന്നുകൊണ്ട് പോരാടണം എന്നവർ വിശ്വസിച്ചു.

കൈരലാഞ്ചി എന്ന സ്ഥലത്തു വെച്ച് ഒരു ദളിത് കുടുംബത്തെ ചില ആരോപണങ്ങൾ ചാർത്തി കൊലപ്പെടുത്തി. ഡോ. ആനന്ദ് തെൽതുംദേ ആണ് ഈ കഥ വെളിച്ചത്തുകൊണ്ടുവന്നത്. അത് ഗൗരി ലങ്കേഷ് കന്നടയിൽ എഴുതി തന്റെ പത്രത്തിൽ പ്രസിദ്ധീകരിച്ചു.

മഡെ സ്നാന

ദളിതനെ മനുഷ്യർക്ക് താഴെയുള്ള ഒരു ജീവിയാക്കി ചിത്രീകരിച്ചതും അത് നിലനിർത്തിപ്പോരുന്നതും ബ്രാഹ്മണാധിപത്യത്തിന്റെ പ്രത്യയശാസ്ത്രമാണ്. അവരാണ് അവനെ വിദ്യാഭ്യാസം ചെയ്യിക്കാൻ അവസരം കൊടുക്കാതെ അന്ധവിശ്വാസങ്ങളിൽ കുരുക്കിയെടുത്തു ജീവിതം പന്താടി രസിക്കുന്നത്. ദക്ഷിണ കന്നഡയിൽ ചില ബ്രാഹ്മണക്ഷേത്രങ്ങളിൽ ബ്രാഹ്മണർ ഭക്ഷണം കഴിച്ച ഇലയിൽ കിടന്നുകൊണ്ട് ദളിതർ ശയന പ്രദക്ഷിണം ചെയ്താൽ അവർക്കു പുണ്യം കിട്ടുമെന്നായിരുന്നു പ്രചാരണം. പിന്നീട് ത്വക് രോഗങ്ങൾ ഉള്ളവർക്ക് അത് ശമിക്കുമെന്നും, ത്വക് രോഗമില്ലാത്തവർക്കു ഇനിയൊരിക്കലും വരില്ലെന്നുമുള്ള വിശ്വാസം പ്രചരിപ്പിച്ചുകൊണ്ട് ദളിതരെ ഈ ക്രൂരമായ വിനോദത്തിന് വിധേയ

മഡെ സ്നാന എന്ന ദുരാചാരം

മാക്കുന്നു. ഈ അനാചാരത്തെയാണ് മഡെസ്നാന എന്നു വിളിക്കുന്നത്.

കമ്യൂണിസ്റ്റ് പാർട്ടി ഓഫ് ഇന്ത്യ (മാർക്സിസ്റ്റ്) നേതാക്കളായ നാഗരാജ്, ശ്രീറാം റെഡ്ഡി മുതലായവരുടെ നേതൃത്വത്തിൽ ഈ മഡെസ്നാനം എന്ന ദുരാചാരം ഹീനമാണെന്നും അത് നിർത്തലാക്കണമെന്നുമുള്ള ആവശ്യം ഉന്നയിച്ചു ക്ഷേത്രനടയിൽ സമരമാരംഭിച്ചു. ഇതിനെ സംഘപരിവാർ സംഘടനകൾ ശക്തിയായി എതിർക്കുകയാണ് ചെയ്തത്. എന്നാൽ ഈ മനുഷ്യത്വ രഹിതമായ അനാചാരങ്ങൾ കമ്പ്യൂട്ടർ യുഗത്തിലും നടപ്പിലാക്കുന്നതിന്റെ യുക്തിരാഹിത്യം ചൂണ്ടിക്കാണിച്ച് കൊണ്ട് ഗൗരി ലങ്കേഷ് ഹൃദയസ്പർശിയായി എഴുതി.

'ഉഡുപ്പി ചലോ' മാർച്ച്

ഉഡുപ്പിയിലെ പേജാവർ മഠം ബ്രാഹ്മണരുടെ ഭരണത്തിന് കീഴിലാണ്. ആ പ്രദേശവും അവരുടെ അധീനതയിലാണ്. അവിടത്തെ ജനജീവിതം അതീവ ദാരുണമാണ്. നൂറുകണക്കിന് ദളിതരായ പാവപ്പെട്ടവർ എന്നും പാർശ്വവല്ക്കരിക്കപ്പെട്ട് കിടക്കുന്നു. അർഹമായ കൂലിയില്ല. വിദ്യാഭ്യാസമില്ല, മഴയെയും വെയിലിനെയും അതിജീവിക്കാനാവാത്ത, ഏതു നിമിഷവും തകർന്നു വീഴുന്ന കുടിലുകൾ..! മനുഷ്യാവകാശങ്ങളൊന്നും തന്നെ അവിടെയില്ല. അവിടത്തെ മനുഷ്യാവകാശങ്ങൾ ഉയർത്തിപ്പിടിച്ചുകൊണ്ട് എല്ലാ പുരോഗമന പ്രസ്ഥാനങ്ങളെയും അണിനിരത്തിക്കൊണ്ട് ഒരു വലിയ പ്രകടനം നടത്താൻ ഗൗരിയും കൂട്ടരും തീരുമാനിച്ചു. ദളിത് സംഘടനകൾ, ദളിത് സേവാ സംഘം, അംബേദ്കർ മുന്നണി, ഡി എച്ച് എം ആർ എസ് കമ്യൂണിസ്റ്റ് പ്രസ്ഥാനങ്ങൾ എന്നിവ യോജിച്ചുകൊണ്ട് ദളിത്-കമ്യൂണിസ്റ്റ് ഐക്യ പുരോഗമന പ്രസ്ഥ

ദലിത് പ്രക്ഷോഭം

ാനങ്ങളുടെ പ്രകടനം 2016 ൽ നടത്തി. അതാണ് 'ഉഡുപ്പി ചലോ മാർച്ച്.' ആയിരങ്ങൾ പങ്കെടുത്ത ആ പ്രകടനം ഗംഭീര വിജയമായിരുന്നുവെന്നു ചരിത്രം പറയുന്നു.

ഡോക്ടർ ബി ആർ അംബേദ്കറുടെ ജീവിത ദർശനം ഇന്നും ഇന്ത്യൻ ജനതയുടെ മുന്നിൽ പ്രസക്തമാണെന്നും അവ ഗൗരവമായി രാഷ്ട്രീയപ്രസ്ഥാനങ്ങൾ കണക്കിലെടുക്കണമെന്നും ഗൗരി ലങ്കേഷ് വിശ്വസിച്ചിരുന്നു. ബ്രാഹ്മണ മേധാവിത്തത്തിനും സാമൂഹിക നീതിക്കും ഇന്നും വിലപ്പെട്ട ദർശനം തന്നെയാണ് ഡോ. അംബേദ്കർ മുന്നോട്ട് വെക്കുന്നതെന്നും അവ കാലികമായ പ്രശ്നങ്ങളുമായി കൂട്ടിയുണ്ടാക്കിക്കൊണ്ട് സമൂഹത്തിൽ ഉപയോഗിക്കപ്പെടേണ്ടതാണെന്നും ഗൗരി ലങ്കേഷ് എഴുതി. അതനുസരിച്ചാണ് അംബേദ്കർ ജന്മദിനം ഫാസിസ്റ്റു വിരുദ്ധ ദിനമായി ആചരിക്കാൻ ദളിത് സംഘടനകൾ തീരുമാനിച്ചത്.

മുസ്ലീങ്ങൾ 'ദേശവിരുദ്ധർ'

യഥാർത്ഥത്തിൽ ഹിന്ദുക്കൾ, മുസ്ലീങ്ങൾ ക്രിസ്ത്യാനികൾ എന്നിവർ തമ്മിൽ യാതൊരു മതപരമായ തർക്കമോ വെറുപ്പോ സ്പർദ്ധയോ ഉണ്ടായതായി കർണ്ണാടകയിൽ ചരിത്രമില്ല. ബാബറി മസ്ജിദ് തകർത്ത ശേഷമാണ് മതപരമായ അകൽച്ചകൾ ആരംഭിക്കുന്നത്. അത് സംഘപരിവാർ ബോധപൂർവ്വം സൃഷ്ടിക്കുന്ന സംഘർഷങ്ങളിലൂടെ രൂപപ്പെട്ടുവരുന്നതാണെന്നു ഗൗരി ലങ്കേഷ് എഴുതി. തീവ്രഹൈന്ദവ ശക്തികൾ മുസ്ലീങ്ങളെ കുറിച്ച് സമൂഹത്തിൽ പ്രചരിപ്പിക്കുന്നത് ഇപ്രകാരമാണ്:

മുസ്ലീം ജനവിഭാഗം ഹൈന്ദവരുടെ പുണ്യമൃഗമായ പശുവിനെ കൊല്ലുന്നവരാണ്. അവർക്കു ജനിച്ച രാഷ്ട്രത്തോടു രാജ്യസ്നേഹമോ കൂറോ ഭക്തിയോ ഇല്ല. അവർ പാകിസ്ഥാനോട് കൂറ് പുലർത്തുന്നു.

അവർ രാജ്യദ്രോഹികളും തീവ്രവാദികളുമാണവർ. ഐ എസ് ഐ ഏജന്റുകളാണ്. ഹൈന്ദവ പെൺകുട്ടികളെ സ്നേഹിച്ചു ലൗജിഹാദിലൂടെ മതം മാറ്റി അവരുടെ മതം വികസിപ്പിച്ച് ഇന്ത്യയെ മുസ്ലീം രാഷ്ട്രമാക്കാൻ ശ്രമിക്കുന്നവരാണ്. ഹൈദരാലിയും മകൻ ഹൈദരാലിയും അടക്കമുള്ള എല്ലാ മുസ്ലീം ഭരണാധികാരികളും ഇന്ത്യയിലെ ഹൈന്ദവവേരോട്ടങ്ങളെ തകർത്തവരാണ്. ഹൈന്ദവക്ഷേത്രങ്ങളെ തകർത്തവരാണ്. ഇസ്ലാം പള്ളികൾ പണിത അവർ ഇന്ത്യയുടെ സ്വാതന്ത്ര്യസമരത്തിലേക്ക് യാതൊന്നും സംഭാവന ചെയ്യാത്തവരാണ്. രാഷ്ട്രപുരോഗതിയിൽ യാതൊരു താല്പര്യവും ഇല്ലാത്തവരുമാണ്.

പശുവിന്റെ രാഷ്ട്രീയം-2005 മാർച്ച് 15

ഉഡുപ്പിയിലെ മൂലൂർ വില്ലേജിൽ പശുവിറച്ചി വില്ക്കുന്നതിന്റെ പേരിൽ ഹാജപ്പാ എന്ന മുസ്ലീം മതസ്ഥരെയും അയാളുടെ മകൻ ഹസ്സനപ്പയേയും സംഘപരിവാർ അനുകൂല സംഘടനയായ ഹിന്ദു യുവസേന നയിച്ച പ്രകടനത്തിൽ നഗ്നരായി നടത്തുകയും ശാരീരികമായി ആക്രമിക്കുകയും ചെയ്തു. ഹാജപ്പയുടെ കാലിനും ഹസ്സനപ്പയുടെ നട്ടെല്ലിനും

മംഗലൂരിൽ കോമു സൗഹാർദ്ദവേദിയുടെ യോഗത്തിൽ ഗൗരി ലങ്കേഷ് പ്രസംഗിക്കുന്നു

പരിക്കേല്പിക്കുകയുമുണ്ടായി. കർണ്ണാടക സമൂഹത്തെയും പൗരാവകാശ പ്രവർത്തകരെയും ഒന്നാകെ ഞെട്ടിപ്പിച്ച സംഭവമാണിത്. ഈ വാർത്ത പ്രസിദ്ധപത്രങ്ങളിലെല്ലാം ഫോട്ടോസഹിതം വരികയും ചെയ്തു. എല്ലാ മുസ്ലീം മതസ്ഥർക്കും ഇതൊരു പാഠമാകണമെന്ന് സംഘപരിവാർ യുവജനസംഘടന പ്രഖ്യാപിക്കുകയുണ്ടായി. സി പി ഐ (എം) അംഗ

മായ ശ്രീറാമം റെഡ്ഡിയും സ്വതന്ത്ര അംഗം ജയപ്രകാശും ഈ വിഷയം നിയമസഭയിൽ അവതരിപ്പിച്ച ശേഷമാണ് മുഖ്യമന്ത്രി ധരംസിങ്ങിന്റെ നിർദ്ദേശപ്രകാരം കുറ്റകൃത്യത്തിനെതിരെ കേസെടുക്കുന്നത്. തുടർന്ന് സംഘടിപ്പിച്ച കോമു സൗഹാർദ്ദ വേദിയുടെ ആഭിമുഖ്യത്തിൽ എല്ലാ പുരോഗമന പ്രസ്ഥാനങ്ങളെയും അണിനിരത്തിക്കൊണ്ട് ഉഡുപ്പി ഡെപ്യൂട്ടി കമ്മീഷണറുടെ ഓഫീസിലേക്ക് പ്രകടനം നയിക്കുകയും കുറ്റക്കാർക്കെതിരെ നിയമ നടപടികളെടുക്കണമെന്ന് ആവശ്യപ്പെട്ട് ധർണ്ണ നടത്തുകയും ചെയ്തു. തുടർന്ന് നടന്ന പൊതുസമ്മേളനത്തിൽ പുരോഗമന സാഹിത്യകാരനും കോമു സൗഹാർദ്ദവേദിയുടെ സംസ്ഥാന പ്രസിഡന്റുമായ കെ എൽ അശോക്, ഗൗരിലങ്കേഷ് അടക്കമുള്ള പ്രമുഖ നേതാക്കളെല്ലാവരും സമുദായ സൗഹാർദ്ദം തകർക്കുന്ന ഇത്തരം പ്രവർത്തനങ്ങളെ ശക്തമായ ഭാഷയിൽ അപലപിച്ചു. ഗൗരി ലങ്കേഷ് ഈ വിഷയത്തിനെതിരെ തന്റെ പത്രത്തിൽ ശക്തമായ ഭാഷയിൽ എഴുതുകയുണ്ടായി. അതിനെത്തുടർന്നുണ്ടായ നിരവധി സമ്മർദ്ദങ്ങളുടെ ഫലമായി ഈ സംഭവത്തിനുത്തരവാദികളായ തീവ്രഹിന്ദുത്വയുവജന നേതാക്കളായ യശ്പാൽ സുവർണ്ണയ്ക്കും മറ്റ് നേതാക്കൾക്കുമെതിരെ പൊലീസ് കേസ് ചാർജ്ജ് ചെയ്തു.

വിശുദ്ധ പശുവിന്റെ പുരാണം (Myth of a scared cow)

പശുവിന്റെ രാഷ്ട്രീയം ദേശീയ രാഷ്ട്രീയത്തിൽ കേന്ദ്രബിന്ദുവായപ്പോൾ ഡി എൻ ഝാ (D N Jha) എന്ന ചരിത്രകാരൻ പശു ഒരു വിശുദ്ധമൃഗമല്ലെന്നും വെറും മനുഷ്യ കല്പിതമായ ഐതിഹ്യമാണെന്നും സമർത്ഥിക്കുന്ന *Myth of a scared cow* എന്ന ഗ്രന്ഥം ഇംഗ്ലീഷിൽ എഴുതിയിരുന്നു. അത് ഗൗരി ലങ്കേഷ് കന്നഡയിലേക്കു വിവർത്തനം ചെയ്തു. *ഗോവു- പവിത്ര എമ്പ മിഥ്യ* എന്ന പേരിൽ തന്റെ പത്രത്തിൽ പ്രസിദ്ധീകരിച്ചു.

2010 ൽ ബി ജെ പി നേതാവ് യെദിയൂരപ്പ മുഖ്യമന്ത്രിയായിരുന്നപ്പോൾ പശുവിനെ ടെംപോവിൽ കയറ്റിക്കൊണ്ടുപോയ ഒരു മുസ്ലീം യുവാവിനെ പുത്തൂരിൽവെച്ചു ക്രൂരമായി മർദ്ദിച്ച് അവശനാക്കി. മറ്റ് രണ്ടു മുസ്ലീം സഹോദരന്മാരെ കൊന്നു. എന്നിട്ടാണ് പശുവിനെ കൊല്ലുന്നതിനെതിരെ സർക്കാർ കർശന നിയമം കൊണ്ടുവരാനുള്ള ബിൽ നിയമസഭയിൽ അവതരിപ്പിച്ചത്. എന്നാൽ എല്ലാ ഇടതുപക്ഷ പാർട്ടികളും സമുദായ സൗഹാർദ്ദ വേദിയും സംയുക്തമായി ബാംഗ്ലൂർ നഗരത്തിലെ ശിവാജി നഗറിൽ സമരം സംഘടിപ്പിക്കുകയുണ്ടായി. ആ സമരത്തിന്റെ ശക്തിയിൽ ഈ ബിൽ നിയമസഭയിൽ അവതരിപ്പിക്കാനാവാതെ സർക്കാർ അത് മാറ്റിവെക്കുകയുണ്ടായി.

മഅ്ദനിയുടെ കേസ് അനധികൃതമായി വിചാരണയില്ലാതെ നീട്ടിക്കൊണ്ട് പോകുന്നതിനെ അവർ എതിർത്തു. മുസ്ലീങ്ങൾക്കിടയിൽ ഹിന്ദു സ്പർദ്ധ വളർത്തിയെടുക്കാനും അതിലൂടെ മതപരമായ ധ്രുവീകരണം

സൃഷ്ടിക്കാനുമാണ് മഅ്ദനിയെ വിചാരണ ചെയ്യാതെ ജയിലിലടച്ചിരിക്കുന്നതെന്ന് അവർ ആരോപിച്ചു. വിധാൻ സൗധയുടെ സമീപമുള്ള എൻ ജി ഒ ഹാളിൽ മഅ്ദനിയുടെ വിഷയത്തിൽ പ്രതിഷേധയോഗം കൂടിയപ്പോൾ ഗൗരി ലങ്കേഷ് മഅ്ദനി വിഷയത്തിലെ പൗരാവകാശ പ്രശ്നം ഉയർത്തിക്കാണിച്ചു. അവരെ സംഘ പരിവാർ ഗുണ്ടകൾ ശാരീരികമായി ആക്രമിച്ചു പരിക്കേല്പിക്കാൻ ശ്രമിക്കുകയുണ്ടായി.

ക്രിസ്ത്യൻ പള്ളികൾക്കു നേരെയുള്ള ആക്രമണം

2008 ൽ യദിയൂരപ്പയുടെ ഭരണകാലത്തു സംഘപരിവാർ ന്യൂനപക്ഷങ്ങൾക്കെതിരെയുള്ള ആക്രമണങ്ങൾ ശക്തിപ്പെടുത്തി. ക്രിസ്ത്യാനികൾക്കും ക്രിസ്ത്യൻ പള്ളികൾക്കുനേരെയും 28 ആക്രമണങ്ങൾ ഉണ്ടായി. ദാവൻഗരെ, മൈസൂർ, ചിത്രദുർഗ്ഗാ, മംഗളൂരു എന്നിവിടങ്ങളിലെ പള്ളികളിൽ പ്രാർത്ഥിച്ചു നില്ക്കുന്നവരെ ശാരീരികമായി ആക്രമിച്ചു. പള്ളിയിലെ വികാരിയെപ്പോലും മർദ്ദിക്കാൻ മടികാണിച്ചില്ല. ഹിന്ദുക്കളെ ക്രിസ്ത്യാനികളാക്കി മതപരിവർത്തനത്തിന് ശ്രമിച്ചു എന്നാരോപിച്ചാണ് എല്ലാം ചെയ്തത്. ഇതിനെല്ലാം എതിരെ ഗൗരി ലങ്കേഷ് തന്റെ പത്രത്തിൽ എഴുതുക മാത്രമല്ല സമാധാന റാലി നടത്തി പ്രതിഷേധിക്കുകയും ചെയ്തു. സമുദായ സൗഹാർദ്ദ വേദിയുടെ ആഭിമുഖ്യത്തിൽ പ്രകടനങ്ങളും പ്രതിഷേധ യോഗങ്ങളും സംഘടിപ്പിച്ചു. മതം മാറാനുള്ള പൗരന്റെ അവകാശത്തെയാണ് സംഘപരിവാർ സംഘടനകൾ ആക്രമിക്കുന്നതെന്നും മതം മാറ്റം നടത്തുന്നത് തടയേണ്ടത് അതാത് മതങ്ങളുടെ മതപരമായ ഉള്ളടക്കം ശക്തിപ്പെടുത്തിക്കൊണ്ടാവണെന്നും എന്നും അവർ അഭിപ്രായപ്പെട്ടു. ആക്രമണവും ഭീകരതയും വർഗ്ഗീയവിഭജനവും അല്ല മതപരിവർത്തനത്തിന് പരിഹാരമെന്നും അവർ ശക്തിയായി വാദിച്ചു.

11

ഇരയോടൊപ്പം സ്ത്രീപക്ഷത്ത്

ഹിന്ദുമതത്തിനുള്ളിൽ സ്ത്രീകൾക്ക് അർഹമായ സ്വാതന്ത്ര്യം കൊടുക്കുന്നില്ല എന്നതിന് അവരുടെ കൈയിൽ വ്യക്തമായ തെളിവുകളും രേഖകളും ഉണ്ട്. *മനുസ്മൃതി*യും പുരാണേതിഹാസങ്ങളും സ്ത്രീകളെ അടിച്ചമർത്താൻ ഉപയോഗിച്ച ആയുധങ്ങളായിരുന്നു എന്നും ഗൗരി ലങ്കേഷ് വിശ്വസിച്ചിരുന്നു. ജനാധിപത്യ ജീവിതവ്യവസ്ഥ നിലവിൽ വന്നിട്ടും, സ്ത്രീകളെ കേവലം ലൈംഗികോപകരണങ്ങളായി ഉപയോഗിക്കുന്നതിനെതിരെയും അവർക്കു അർഹമായ ജോലിയും അവകാശങ്ങളും നിഷേധിക്കപ്പെടുന്നതിനെതിരെയും വീട്ടിലും പൊതു ഇടങ്ങളിലും തൊഴിലിടങ്ങളിലും സ്ത്രീകൾ സുരക്ഷിതരല്ല എന്ന യാഥാർത്ഥ്യവും അവർ ശക്തമായി എഴുതുകയും സർക്കാരിന്റെ ശ്രദ്ധയിൽ പെടുത്തുകയും ഉണ്ടായിട്ടുണ്ട്.

പ്രേമലതാ ദിവാകർ ശാസ്ത്രി കേസ്

2015 ൽ പ്രേമലതാദിവാകർ ശാസ്ത്രി എന്ന രാമകഥാഗായികയുടെ സ്ഫോടനാത്മകമായ വെളിപ്പെടുത്തലാണ് കർണ്ണാടകത്തെ വിസ്മയിപ്പിച്ചത്. രാമകഥാഗായികയായ തന്നെ രാമചന്ദ്രമഠത്തിലെ രാഘവേന്ദ്ര ഭാരതി സ്വാമിജി അവരുടെ മഠത്തിലേക്ക് വിളിപ്പിച്ചു. കഴിഞ്ഞ മൂന്നു വർഷത്തിനിടയിൽ (2014 വരെയുള്ള കാലയളവിൽ) ഇന്ത്യയൊട്ടാകെയുള്ള നിരവധി മതപരമായ ചടങ്ങുകളിൽ പങ്കെടുക്കാൻ കർണ്ണാടക, ആന്ധ്രാപ്രദേശ്, മദ്ധ്യപ്രദേശ്, രാജസ്ഥാൻ, ഡൽഹി, പടിഞ്ഞാറൻ ബംഗാൾ എന്നിവിടങ്ങളിലേക്ക് കൊണ്ടുപോകുകയും പലയിടങ്ങളിൽവെച്ച് പത്തു തവണയിലേറെ ശാരീരികമായി ആക്രമിക്കുകയും

ബലാത്സംഗം ചെയ്യുകയും ചെയ്തുവെന്ന് അവർ പരസ്യമായി വെളിപ്പെടുത്തി.

സ്വാമിജി തന്നെ ഭീഷണിപ്പെടുത്തിയതിനാൽ കാരണം ആദ്യമെല്ലാം തുറന്നു പറയാൻ കഴിഞ്ഞിരുന്നില്ല. എന്നാൽ തന്റെ ഭർത്താവിനോടും മുതിർന്നമക്കളോടും ചെയ്യുന്ന അനീതിയാണതെന്ന് ബോദ്ധ്യമായപ്പോൾ, മൂത്തസഹോദരിയോട് പറയുകയുണ്ടായി. അവരാണ് തനിക്ക് എല്ലാം തുറന്നുപറയാനും പ്രശ്നങ്ങളെ നേരിടാനും ധൈര്യം നല്കിയതെന്ന് പ്രേമലതാദിവാകർ ശാസ്ത്രി പറഞ്ഞു.

സമൂഹത്തിലെ ഏറ്റവും ഉന്നതമായ സ്ഥാനം അലങ്കരിക്കുന്ന മഠത്തിന്റെ അധിപനായ ഒരു സ്വാമിജിക്കെതിരെ ക്രിമിനൽ നടപടിക്രമങ്ങൾ നടത്താൻ താഴെത്തട്ടിലെ പൊലീസ് ഉദ്യോഗസ്ഥന്മാരാരും തയ്യാറായില്ല. ജനാധിപത്യ മഹിളാ അഖിലേന്ത്യാ അസോസിയേഷൻ സംഘം നേതാവ് കെ എസ് വിമലയാണ് ഈ കേസ് ആദ്യം ഏറ്റെടുത്തുകൊണ്ട് മുന്നിൽവന്നത്. പൊലീസധികൃതരുടെ വിമുഖത അസഹ്യമായപ്പോൾ ഗൗരിലങ്കേഷും ധീരമായി വിഷയത്തിൽ ഇടപെട്ടു. ഉന്നതരായ പൊലീസ് ഉദ്യോഗസ്ഥരെയും ആഭ്യന്തരമന്ത്രി ജി പരമേശ്വരിനെയും മുഖ്യമന്ത്രി സിദ്ധാരാമയ്യയെയും വിമലയോടൊപ്പം ചേർന്ന് നേരിട്ട് കണ്ട് വിഷയം ധരിപ്പിക്കുകയും ചെയ്തു.

'ലോകപശു സമ്മേളനം' നാഗ്പൂരിൽ 2007 ൽ നടത്തിയ ഈ സ്വാമിജി ഭാരതീയ ജനതാ പാർട്ടിയുടെ വളരെ വേണ്ടപ്പെട്ടവനായിരുന്നുവെന്ന് പറയപ്പെടുന്നു. സ്ത്രീവിരുദ്ധമായ 'കന്യാസംസ്കാര', (കന്യകകളായ പെൺകുട്ടികളുടെ ഒരുതരം പൂജ) സ്ത്രീകൾക്ക് മാത്രമുള്ള 'ഏകാന്തസേവാ' തുടങ്ങിയ പൂജകർമ്മങ്ങളും ഈ സന്ന്യാസിയുടെ ആശ്രമത്തിൽ നടക്കുന്നുണ്ടെന്ന് ഈ സംഭവത്തോടെ ഗൗരിലങ്കേഷും സഹപ്രവർത്തകരും വെളിച്ചത്തു കൊണ്ടുവന്നു. ഇത്തരം ഹീനമായ പ്രവർത്തനങ്ങൾക്കെതിരെ ജാഗ്രത പാലിക്കണമെന്നും ഗൗരി ലങ്കേഷ് തന്റെ പത്രത്തിലൂടെ പ്രചാരണം നടത്തി.

ഇതിനിടയിൽ ഈ മഠത്തിനെതിരെയും നിരവധി പ്രതിഷേധ പ്രകടനങ്ങളും മാർച്ചുകളും സംഘടിപ്പിക്കപ്പെട്ടു. എഴുത്തുകാരും ബുദ്ധിജീവികളും ആക്ടിവിസ്റ്റുകളും അവരുടെ ധീരമായ അഭിപ്രായങ്ങൾ പ്രകടിപ്പിച്ചുകൊണ്ട് പ്രതിഷേധിച്ചു. സ്ത്രീസംഘടനകൾ ഇരമ്പിയിളകി. പൊലീസിന് ഒഴിഞ്ഞുമാറാൻ കഴിയാത്ത അവസ്ഥ സൃഷ്ടിച്ചു. എന്നാൽ കേസെടുത്ത് ചാർജ്ജ് ഷീറ്റ് നല്കി, കേസ് വിചാരണയ്ക്കായി കോടതിയിലെത്തിയപ്പോൾ, വാദം കേൾക്കാൻ തയ്യാറാവാതെ ഭീതിയുടെ തടവറയിൽപ്പെട്ട്, എട്ടു ജഡ്ജിമാർ ഒഴിഞ്ഞുമാറി. രാഘവേന്ദ്ര സ്വാമിജിക്കെതിരെ കേസ് വാദം കേൾക്കാനും ഒരുവിധി പുറപ്പെടുവിക്കാനും ഭയപ്പെടുന്ന അവസ്ഥയായിരുന്നു. ഈ കേസിൽ വളരെയധികം ശ്രമകരവും സാഹസികവുമായ പ്രവർത്തനങ്ങളാണ് ഗൗരി ലങ്കേഷ് നടത്തിയത്. പിന്നീട് വിചാരണ നടന്നുവെങ്കിലും ആവശ്യമായ തെളിവുകൾ ഹാജ

രാക്കുവാൻ പരാതിക്കാരിയായ ഗായിക പ്രേമലത ദിവാകർശാസ്ത്രിക്ക് കഴിഞ്ഞില്ല എന്ന കാരണത്താൽ 2016 മാർച്ചിൽ കേസ് തള്ളിപ്പോയി.

ഈ കേസ് നടന്നുകൊണ്ടിരിക്കുമ്പോൾ 2006 ൽ തന്നെ ബലാത്സംഗം ചെയ്തു എന്നാരോപിച്ചു മറ്റൊരു പെൺകുട്ടി രാഘവേശ്വര സ്വാമിജിക്കെതിരെ പരാതി നല്കുകയും കേസ് നടക്കുകയും ചെയ്തിരുന്നു. ഈ വിഷയത്തിലും ഗൗരി ലങ്കേഷ് ഈ പെൺകുട്ടിക്കു എല്ലാവിധ സഹായവുമായി ആദ്യാവസാനം നിലകൊണ്ടു.

കാവ്യപൂജാരി എന്ന വിദ്യാർത്ഥിനി

മംഗ്ലൂരിൽ കാവ്യ പൂജാരി എന്ന വിദ്യാർത്ഥിനി സംശയാസ്പദമായ സാഹചര്യത്തിൽ 2016 ൽ മരണപ്പെട്ടു. ആൽവാ വിദ്യാലയത്തിൽ പഠിക്കുന്ന ഈ വിദ്യാർത്ഥിനിയുടെ മരണം സംശയാസ്പദമാണെന്നും അന്വേഷണം വേണമെന്നും ആവശ്യപ്പെട്ടുകൊണ്ട് ഗൗരി ലങ്കേഷ് തന്റെ പത്രത്തിൽ എഴുതി. കേസെടുത്ത് അന്വേഷണം നടത്താൻ പൊലീസ് വിസമ്മതിച്ചു. എന്നാൽ പൊലീസ് സ്വതസിദ്ധമായ കളികൾകളിച്ചു കേസ് മുക്കി. ഗൗരി ലങ്കേഷ് അടങ്ങിയിരുന്നില്ല. വീണ്ടും കേസന്വേഷണം നടത്താൻ പൊലീസ് നിർബ്ബന്ധിതമായി. കേസ് ഇപ്പോഴും നടക്കുന്നു.

സ്ത്രീകളെ കാണാതാവുന്നു

ധർമ്മസ്ഥല-നേത്രാവതി പ്രദേശം സംഘപരിവാർ സംഘടനകളുടെ സ്വാധീനവലയത്തിലാണ്. അവിടെ പഞ്ചായത്തു തിരഞ്ഞെടുപ്പ് പേരിനേയുള്ളൂ. ഏകപക്ഷീയമായി സ്ഥാനാർത്ഥികൾ ജയിക്കുകയാണ് പതിവ്. ആ പ്രദേശത്തെ മിക്കവാറും ബിസിനസ് സ്ഥാപനങ്ങളും കൃഷിഭൂമികളും വീരേന്ദ്രഹെഗ്ഡെ എന്ന ജന്മിയുടെ അധീനതയിലാണ്. അദ്ദേഹത്തിന്റെ കുടുംബാംഗങ്ങളുടെ ഏകാധിപത്യ ഭരണമാണ് അവിടെ നടക്കുന്നത് എന്ന് ഗൗരി ലങ്കേഷ് ആരോപിച്ചു.

കഴിഞ്ഞ പത്തു വർഷത്തിനിടയിൽ നൂറോളം പെൺകുട്ടികൾ ബലാത്സംഗത്തിനു വിധേയരാകുകയോ അതിനുശേഷം കൊല ചെയ്യപ്പെടുകയോ കാണാതാവുകയോ ചെയ്യുന്നു. ഈ വസ്തുതകൾ ഗൗരിയുടെ അന്വേഷണാത്മക പത്രപ്രവർത്തനത്തിലൂടെ വെളിച്ചംകണ്ടു. പല കൊലകളും സാധാരണ മരണങ്ങളോ ആത്മഹത്യകളോ ആയിമാറുകയാണെന്നും സംഘപരിവാർ സംഘടനകളുടെ സഹായത്തോടെയാണ് ഇതെല്ലാം നടക്കുന്നതെന്നും ഇതിനെക്കുറിച്ചു അന്വേഷണം വേണമെന്നും ഗൗരിലങ്കേഷ് ആവശ്യപ്പെട്ടു. സംഘപരിവാറുമായി ഏറ്റുമുട്ടുന്ന മറ്റൊരു സംഭവമായിരുന്നു അത്.

നന്ദിതയുടെ ആത്മഹത്യ

ഈ വാർത്തകളും അനുബന്ധ വിഷയങ്ങളും സാമൂഹ്യാന്തരീക്ഷ

ത്തിൽ ചൂടുപിടിച്ച ചർച്ചാ വിഷയമായപ്പോൾ സംഘപരിവാർ സംഘടനകൾ വിഷയം മാറ്റാൻ ശ്രമം നടത്തി. ശിവമോഗയിലെ തീർത്ഥഹള്ളിയിൽ നന്ദിത എന്ന കോളേജ് വിദ്യാർത്ഥിനിയുടെ ആത്മഹത്യ മുസ്ലീം സമുദായത്തിൽപ്പട്ട ആളുകൾ കൊല ചെയ്തതാണെന്ന് വരുത്തിത്തീർക്കാൻ പ്രചാരണം അഴിച്ചുവിട്ടു. 'ലൗജിഹാദ്' ആണ് കൊലയ്ക്കു പിന്നിലെ കാരണമെന്നവർ പ്രചാരണം അഴിച്ചുവിട്ടു. അതിനെതിരെയും ഗൗരിലങ്കേഷ് രംഗത്ത് വന്നു. ആ പ്രചാരണം കള്ളമാണെന്ന് അവർക്ക് സ്ഥാപിക്കാൻ കഴിഞ്ഞു. വീട്ടിലുണ്ടായ വഴക്കുകാരണം ആത്മഹത്യയിലേക്കു നന്ദിത സ്വയം നയിക്കപ്പെട്ടതാണെന്ന് അവർ തെളിവുകൾ നിരത്തി സ്ഥാപിച്ചതോടെ സംഘപരിവാർ നേതാക്കളുടെ വിശ്വാസ്യതയും സത്യസന്ധതയും ചോദ്യം ചെയ്യപ്പെട്ടു.

ശിവമോഗയിൽ ഒരു പെൺകുട്ടിയുടെ സംശയാസ്പദമായ മരണം നടക്കുകയുണ്ടായി. എന്നാൽ അത് മുസ്ലീം സമുദായാംഗങ്ങൾ കൊല ചെയ്തു അവർ തന്നെ നാടകം കളിക്കുകയാണെന്നു പറഞ്ഞുകൊണ്ട് സംഘപരിവാർ സംഘങ്ങൾ പ്രചാരണം നടത്തി. ഇത്തരം നുണകൾ പ്രചരിപ്പിക്കുന്നത് സംഘപരിവാർ സംഘടനകളാണെന്നു തുറന്നു കാണിക്കാൻ ഗൗരി ലങ്കേഷ് എന്നും എപ്പോഴും മുന്നിലുണ്ടായിരുന്നു. അത് ലങ്കേഷിനോട് അവർക്കുള്ള ശത്രുത വർദ്ധിക്കാൻ കാരണമായി.

ഗാർമെന്റ് വർക്കേഴ്സ് സമരം

കർണ്ണാടക സംസ്ഥാനത്തിലെ സ്ത്രീത്തൊഴിലാളികൾ (ഗവൺമെന്റ് വർക്കേഴ്സ്) പ്രോവിഡന്റ് ഫണ്ട് നിയമത്തിൽ മാറ്റംവരുത്തിയ സർക്കാർ നടപടിക്കെതിരെ തെരുവിലിറങ്ങി സമരം ചെയ്തു. ആയിരക്കണക്കിന് പേർക്ക് ലാത്തിച്ചാർജിൽ പരിക്കേറ്റു. സംഭവമറിഞ്ഞ് ആശുപത്രിയിലെത്തിയ ഗൗരി ആശുപത്രിയിൽ കഴിയുന്ന സ്ത്രീകൾക്ക് വേണ്ടുന്ന എല്ലാ ആതുര സഹായങ്ങളും ഒരുക്കാൻ ശ്രമം നടത്തുകയും അവർക്ക് ആവശ്യമായ നിയമസഹായങ്ങൾ നല്കുകയും ചെയ്തു. വിഷയം രാഷ്ട്രീയമായി ഏറ്റെടുത്തുകൊണ്ട് ശക്തമായി പ്രതിഷേധിക്കാനും കുറ്റക്കാർക്കെതിരെ നിയമാനുസൃതമായ നടപടികൾ സ്വീകരിക്കണമെന്ന് ആവശ്യപ്പെട്ടുകൊണ്ട് സർക്കാരിൽ സമ്മർദ്ദം ചെലുത്തുകയും ചെയ്തു.

അംഗനവാടി ജീവനക്കാരുടെ റാലി

അംഗനവാടി ജീവനക്കാരുടെ സി പി ഐ (എം) നേതൃത്വത്തിലുള്ള സംഘടന, തങ്ങളുടെ ശമ്പള പരിഷ്കരണം മുതലായ ആവശ്യങ്ങൾ നേടിയെടുക്കാൻ 2017 ൽ ഇരുപതിനായിരം പേർ പങ്കെടുത്ത ഗംഭീര റാലി നടത്തി. സർക്കാരിന്റെ ഭാഗത്തുനിന്ന് അനുകൂലമായ സമീപനമുണ്ടാകാൻ വേണ്ടി *ഗൗരി ലങ്കേഷ് പത്രികെ*യിൽ എഴുതുകയും ഈ സമരത്തിന്റെ ന്യായവശയങ്ങളെ സർക്കാരിനെ ബോദ്ധ്യപ്പെടുത്താൻ മുന്നിൽ

നില്ക്കുകയുമുണ്ടായി. സി പി ഐ (എം) സംഘടനയുമായി സഹകരിച്ചു സർക്കാരുമായി ചർച്ചകളിൽ ഇടപെട്ടു. ഓരോ അംഗനവാടി ജീവനക്കാരിക്കും രണ്ടായിരം രൂപവരെ ശമ്പളത്തിൽ ഉയർച്ചയുണ്ടാക്കാനും മറ്റു ആവശ്യങ്ങൾ അനുഭാവപൂർവ്വം പരിഗണിക്കാനും തീരുമാനമുണ്ടാക്കിയതിൽ ഗൗരി ലങ്കേഷിന്റെ പങ്കു നിസ്സാരമായിരുന്നില്ല.

12

മാവോവാദികൾ മുഖ്യധാരയിലേക്ക്

ഗൗരിലങ്കേഷിന്റെ രാഷ്ട്രീയ ഇടപെടലുകളിൽ ഏറ്റവും മഹത്തരമായ സംഭാവന മാവോവാദികളായ സായുധ വിപ്ലവ പ്രവർത്തകരെ സായുധസമരപ്രവർത്തനങ്ങളിൽനിന്നും മുക്തരാക്കി രാഷ്ട്രം അംഗീകരിക്കുന്ന മുഖ്യധാരാ രാഷ്ട്രീയപ്രവർത്തനത്തിലേക്കു കൊണ്ടുവരാൻ കഴിഞ്ഞുവെന്നതാണ്. ധരംസിങ് മുഖ്യമന്ത്രിയായിരുന്ന കാലത്തു മാവോവാദികളുമായി സമാധാനദൗത്യ സേനയുടെ (Citizen Initiative for Peace - CIP) ആഭിമുഖ്യത്തിൽ ഗൗരിലങ്കേഷ് ഒരു ദൗത്യം ഏറ്റെടുത്തുവെങ്കിലും സാകേത് രാജൻ എന്ന നക്സലൈറ്റ് നേതാവിന്റെ കൊലയോടെ സമാധാന ശ്രമങ്ങൾ വഴിമുട്ടുകയാണുണ്ടായത് എന്ന് മുൻപ് പറഞ്ഞുവല്ലോ. എന്നാൽ സിദ്ധരാമയ്യ 2013 ൽ അധികാരത്തിൽ വന്നതോടെ ഈ വിഷയം അനുകൂലമായി പരിഹരിക്കാൻ കഴിയുമെന്ന് ഗൗരി ലങ്കേഷും അവർ നേതൃത്വം കൊടുക്കുന്ന സമാധാന ദൗത്യസേനയും (CIP) തിരിച്ചറിഞ്ഞു. അതിന്റെ ഭാഗമായി മുഖ്യമന്ത്രി സിദ്ധരാമയ്യയുമായി ഒരു കരാർ ഉണ്ടാക്കുകയും ഈ വിഷയം മാവോവാദികളുമായി ചർച്ച നടത്തുകയും ചെയ്തു. സമാധാന ദൗത്യസേനയുടെ (CIP) നേതാക്കൾ മുഖ്യമന്ത്രിയെ സമീപിച്ച് ഒരു മെമ്മോറാണ്ടം സമർപ്പിച്ചു. പ്രസ്തുത മെമ്മോറാണ്ടത്തിൽ ഒപ്പുവെച്ചവർ ഇവരാണ്:

സമാധാനദൗത്യ സേനയുടെ (CIP) പ്രതിനിധികളായി ജ്ഞാനപീഠം അവാർഡ് കരസ്ഥമാക്കിയ പ്രൊഫ. യു ആർ അനന്തമൂർത്തി, കേന്ദ്ര സാഹിത്യ അക്കാദമി അവാർഡ് ജേതാവായ ദേവനൂർ മഹാദേവയ്യ, പ്രശസ്ത ഗാന്ധിയൻ എസ് ദൊരൈ സ്വാമി, സീനിയർ അഡ്വക്കേറ്റും എക്സ് എം എൽ സിയുമായ എ കെ സുബ്ബയ്യ, സാഹിത്യകാരനും

സിനിമ സംവിധായകനുമായ ഇന്ദുധര ഹൊണ്ണപുര, പുരോഗമന സാഹിത്യകാരനായ ബാരഗൂർ രാമചന്ദ്രപ്പ, വിദ്യാഭ്യാസ ചിന്തകനും അദ്ധ്യാപകയുായ പ്രൊഫ. വി എസ് ശ്രീധർ പ്രൊഫ. നാഗരി ബാബയ്യ, പ്രൊഫ. എൻ രമേഷ്, പ്രശസ്ത പൗരാവകാശപ്രവർത്തകൻ ശിവസുന്ദർ, ആക്ടിവിസ്റ്റും മാധ്യമപ്രവർത്തകനുമായ ഗൗരിലങ്കേഷ് മുതലായവർ ആയിരുന്നു. ഗൗരി ലങ്കേഷിന്റെ സാന്നിദ്ധ്യം ഈ വിഷയത്തിൽ പ്രഥമഗണനീയമായിരുന്നു.

ഈ മെമ്മോറാണ്ടത്തിനു അനുകൂലമായി മുഖ്യമന്ത്രി സിദ്ധരാമയ്യയും അന്നത്തെ ആഭ്യന്തരമന്ത്രിയും മലയാളിയുമായ കെ ജെ ജോർജ്ജും മാവോവാദികൾ മുഖ്യധാരാ രാഷ്ട്രീയ പ്രവർത്തനത്തിലേക്കു വരണമെന്ന് പത്രസമ്മേളനത്തിലൂടെ ആവശ്യപ്പെട്ടു. ഈ വിവരം ഒളിവിലുള്ള നക്സൽ പ്രവർത്തകരിലേക്കു എത്തിച്ചപ്പോൾ അവരുടെ പ്രതികരണം വ്യത്യസ്തമായിരുന്നു. താഴെപ്പറയുന്നതരത്തിലുള്ള ഒത്തുതീർപ്പു വ്യവസ്ഥകളും ആവശ്യങ്ങളുമാണ് അവർ മുന്നോട്ടുവെച്ചത്.

> സർക്കാരിൽ തങ്ങൾക്കു വിശ്വാസമില്ല. മാവോവാദികളുടെ സംസ്ഥാനസെക്രട്ടറി സാകേത് രാജനെ ചതിച്ചുകൊന്നത് പോലെ ഇനിയും സർക്കാർ പിന്നിൽനിന്നും കുത്താൻ സാദ്ധ്യതയുണ്ട്. ഈ വിഷയത്തിൽ ജാഗരൂഗരാകണം. പത്രപ്രസ്താവനയിൽ മാത്രം കാര്യമില്ല. പത്രപ്രസ്താവന ആത്മാർത്ഥമാണെങ്കിൽ ഈ ദൗത്യത്തിനുവേണ്ടുന്ന പ്രായോഗിക നടപടികൾ സർക്കാർ ഭാഗത്തുനിന്ന് ഉണ്ടാവണം. തങ്ങൾക്കെതിരെയുള്ള എല്ലാ കേസുകളും പിൻവലിക്കണം. പാവപ്പെട്ടവരും, തൊഴിലാളികളും സ്ത്രീകളും ആദിവാസികളും ന്യൂനപക്ഷങ്ങളും അനുഭവിക്കുന്ന ചൂഷണത്തിനും പീഡനങ്ങൾക്കും അറുതിയുണ്ടാവാൻ വേണ്ടുന്ന ചർച്ചകൾ നടത്തി വ്യക്തമായ ഒരു ഒത്തുതീർപ്പുവ്യവസ്ഥ നടപ്പിലാക്കണം. മാവോവാദികൾക്ക് നേരെയുള്ള കേസുകൾ പിൻവലിക്കണം. ഈ വിഷയങ്ങളിൽ ഉണ്ടാകുന്ന സർക്കാർ തീരുമാനങ്ങൾക്ക് സമാധാനദൗത്യസേന മാദ്ധ്യസ്ഥം വഹിക്കണം.

രണ്ടു വ്യത്യസ്ത ചിന്താഗതിയുള്ള കൂട്ടരെയാണ് ഒന്നിച്ചുകൊണ്ട് പോകേണ്ടത്. സർക്കാരിന് തങ്ങളുടേതായ വീക്ഷണവും നിലപാടുകളും നിയമക്കുരുക്കുകളുമുണ്ട്. ഒരു വകുപ്പിന് മാത്രം തീരുമാനമെടുക്കാൻ ആകില്ല. ആഭ്യന്തര വകുപ്പ്, നീതി ന്യായ വകുപ്പ്, നിയമ വകുപ്പ്, ഇങ്ങനെ പല വകുപ്പുകളുമായി ഏകോപിപ്പിച്ച് കടുംപിടിത്തങ്ങളെ ഒഴിവാക്കി നാടിന്റെ നന്മക്കായി ഒരു സമവായമുണ്ടാക്കണം.

വീണ്ടും ചർച്ചകളും ആവശ്യങ്ങളും തീരുമാനങ്ങളുമായി ദിവസങ്ങളും ആഴ്ചകളും കടന്നുപോയി. നിയമോപദേശം, പൊലീസ് വകുപ്പിന്റെ അഭിപ്രായം, രാഷ്ട്രീയപ്രശ്നങ്ങൾ എന്നിവ പരിഗണിക്കാതെ

സർക്കാരിന് മുന്നോട്ടു പോകാനാകില്ലല്ലോ. ഏതാനും മാസങ്ങൾക്കു ശേഷം, സർക്കാരിനെക്കൊണ്ട് ഈ വ്യവസ്ഥകൾ അംഗീകരിപ്പിക്കാൻ ഗൗരി ലങ്കേഷിനും കൂട്ടർക്കും കഴിയുകയും 2014 ഡിസംബർ ഏഴാം തീയതി ചിക്കമംഗ്ലൂർ ജില്ലാ കളക്ടറുടെ ഓഫീസിനു സമീപമുള്ള കോടതി ഹാളിൽ ആയുധംവെച്ച് കീഴടങ്ങിക്കൊണ്ട് മുഖ്യധാരാ രാഷ്ട്രീയ പ്രവർത്തനത്തിലേക്കുവരാൻ പ്രമുഖ നക്സലൈറ്റുനേതാക്കളായ ആർ ശ്രീധർ, സിരിമനെ നാഗരാജ് മുതലായവരെത്തി. ബി ജെ പി ഒഴികെയുള്ള എല്ലാ രാഷ്ട്രീയ പാർട്ടികളുടെയും മിക്കവാറും ജില്ലാ സംസ്ഥാന പ്രതിനിധികളും ഈ സംഭവത്തിന് സാക്ഷ്യം വഹിക്കാൻ എത്തിയിരുന്നു. വിപുലമായ ആ യോഗത്തിൽ വെച്ച് ആർ ശ്രീധർ, സിരിമനെ നാഗരാജ് എന്നീ നക്സലൈറ്റുകൾ സമാധാന ദൗത്യസേനയുടെ മുന്നിൽ കീഴടങ്ങുകയും അവരുമായുള്ള എല്ലാ വിഷയങ്ങൾക്കും വ്യക്തതയും തീരുമാനങ്ങളും ഉണ്ടാവുകയും ചെയ്തു.

പിന്നീട് നടന്ന പൊതു സമ്മേളനത്തിൽ പ്രശസ്ത ഗാന്ധിയൻ ദൊരൈ സ്വാമി ഈ നക്സൽ പ്രവർത്തകരെ കരഘോഷങ്ങൾക്കിടയിൽ ഹാരമണിയിച്ചു സ്വീകരിച്ചു. ദൊരൈ സ്വാമിയും ഗൗരിലങ്കേഷും സർക്കാരിന്റെയും മാവോവാദികളുടെയും ആത്മാർത്ഥമായ സഹകരണത്തെ അനുമോദിച്ചുകൊണ്ട് പ്രസംഗിച്ചു. പിന്നീട് ഈ നക്സലൈറ്റുകളെ അന്നത്തെ ശൃംഗേരി സർക്കിൾ ഇൻസ്പെക്ടർ സുധീർ ഹെഗ്ഡെക്കു കൈമാറുകയും പിറ്റേദിവസം തന്നെ സർക്കിൾ ഇൻസ്പെക്ടർ അവരെ കോടതിയിൽ ഹാജരാക്കി ജാമ്യത്തിൽ വിടുകയും ചെയ്തു. പിന്നീട് കേസിന്റെ നൂലാമാലകൾ സർക്കാർ സഹകരണത്തോടെ ഓരോന്നായി അഴിച്ചു അവരെ സ്വതന്ത്രരാക്കി. അവർ ഇന്ന് പൗരാവകാശ പ്രവർത്തകരാണ്. ഇവർക്ക് ശേഷം ഒരു കൊല്ലത്തിനുള്ളിൽ ഇതേ തരത്തിലുള്ള നിയമാനുസൃതമായ കടമ്പകളെല്ലാം കടന്നു വേറെ ഏഴുപേരും നക്സൽ പ്രവർത്തനം ഉപേക്ഷിച്ചു പൊതു സമൂഹത്തിൽ പ്രവർത്തിക്കുന്നു. അന്നത്തെ ഈ പ്രവർത്തനങ്ങളിൽ പങ്കെടുത്ത പ്രമുഖരിൽ പ്രൊഫ. അനന്തമൂർത്തിയും ഗൗരി ലങ്കേഷും ജീവിച്ചിരിപ്പില്ല. ഈ വിഷയത്തിലെ മറ്റൊരു വസ്തുത ഏതാനും നക്സൽ പ്രവർത്തകർ ഈ ഒത്തുതീർപ്പു വ്യവസ്ഥകൾ ഒന്നും അംഗീകരിക്കാതെ സായുധ സമരത്തിൽ തന്നെ ഉറച്ചുനിന്ന് ഒളിവിൽ പ്രവർത്തനം തുടരുന്നുണ്ട്. കുറെ നക്സലൈറ്റുകൾ സ്വയം പാർട്ടിവിട്ട് അവരവരുടെ വ്യക്തിജീവിതത്തിലേക്കു മടങ്ങിയിട്ടുമുണ്ട്.

തീവ്രവാദം ഒരു സമൂഹത്തിനു തലവേദനയാകുമ്പോൾ അതിനെ ക്രിയാത്മകമായി പരിഹരിക്കാൻ ഭരണകർത്താക്കൾക്ക് പരിമിതമായ അവസ്ഥകളിൽ കഴിയാതെ വരുകയും ഉത്തരവാദപ്പെട്ട സാമൂഹ്യപ്രവർത്തകർ അതിനു മുൻകൈ എടുക്കുകയും വിജയകരമാക്കുകയും ചെയ്തിന്റെ ഏറ്റവും നല്ല ഉദാഹരണമാണ് ഈ സംഭവം. വഴിതെറ്റി

പ്പോയ നക്സലൈറ്റുകൾ കേസുകളും പാർട്ടി പ്രവർത്തനവും കൊണ്ട് പൊറുതിമുട്ടുകയായിരുന്നു. അവരിന്നു ജനാധിപത്യപരമായ മാർഗ്ഗങ്ങളിലൂടെ ഉന്നയിച്ച ആവശ്യങ്ങൾക്കും അവകാശങ്ങൾക്കും വേണ്ടി പോരാട്ടം തുടരുന്നു. അതിനു വഴിവിളക്ക് കാണിച്ചു മുന്നിൽ വരാൻ ഗൗരി ലങ്കേഷിനും കൂട്ടർക്കും കഴിഞ്ഞു എന്നതാണ് ശുഭകരമാകുന്നത്.

13

കേന്ദ്ര സർക്കാരിനെതിരെ

ഇന്ത്യയിൽ ഭാരതീയ ജനതാ പാർട്ടിയോടും അതിന്റെ വിശ്വാസ പ്രമാണങ്ങളോടും ആ പാർട്ടി നടത്തുന്ന പ്രവർത്തനങ്ങളോടും ഒരു ഇട തുപക്ഷ ആക്ടിവിസ്റ്റ് എന്ന നിലയിലും സാമൂഹിക പ്രതിബദ്ധതയുള്ള ജേർണലിസ്റ്റ് എന്ന നിലയിലും പൊരുത്തപ്പെടാൻ ഗൗരി ലങ്കേഷിനു കഴിഞ്ഞില്ല. സംഘപരിവാറിന്റെ മാതൃസംഘടനയായ രാഷ്ട്രീയ സ്വയം സേവക് സംഘത്തിന്റെ ജന്മവും വളർച്ചയും സ്വാതന്ത്ര്യ സമരകാലത്തു ആ പ്രസ്ഥാനത്തിന്റെ നായകർ സ്വീകരിച്ച നിലപാടുകളെയും വിമർശ നാത്മകമായാണ് ഗൗരി ലങ്കേഷ് കണ്ടത്. അതുകൊണ്ട് തന്നെ അവർ പൂർണ്ണമായും ആ പ്രസ്ഥാനത്തോട് സന്ധിയില്ലാ സമരമാണ് നടത്തിയി രുന്നത്.

തീവ്രഹിന്ദുത്വരാഷ്ട്രീയത്തിന്റെ കാപട്യം

സ്വാതന്ത്ര്യസമരത്തിൽ പങ്കെടുത്തു അറസ്റ്റിലായ അവരുടെ നേതാവ് ഹെഡ്ഗേവാർ പതിനായിരക്കണക്കിന് തന്റെ അനുയായി കളെയും തന്നെയും ജയിലിൽനിന്നും മോചിതനാക്കിയാൽ ബ്രിട്ടീഷി ന്ത്യക്കു വേണ്ടി പ്രവർത്തിക്കാമെന്നു മാപ്പു എഴുതിക്കൊടുത്ത ചരിത്ര മുള്ളപ്പോൾ, അവരുയർത്തുന്ന ആധുനിക ദേശീയതാമുദ്രാവാക്യം കപ ടമാണെന്നവർ വിശ്വസിച്ചു. സ്വാതന്ത്ര്യത്തിന് വേണ്ടി ജീവിതം സമർപ്പിച്ച ഗാന്ധിജിയെ മതഭ്രാന്തിളക്കി കൊല ചെയ്ത ഗോഡ്സെ എന്ന തീവ്ര ഹിന്ദുത്വവാദിയുടെ പേരിൽ ഇന്നും അനുകൂലമുദ്രാവാക്യം മുഴക്കുന്ന ഭാരതീയ ജനതാ പാർട്ടിയുടെ ഉദ്ദേശ്യ ശുദ്ധിയെ ഗൗരി ലങ്കേഷ് നിശിത മായി വിമർശിച്ചു. സംഘപരിവാർ നേതാവിന്റെ പടം ഇന്ത്യൻ പാർല

മെന്റിൽ ഗാന്ധിജിയോടൊപ്പം സൂക്ഷിക്കുന്നതും അവർക്ക് ഒരിക്കലും ദഹിക്കുന്ന കാര്യമായിരുന്നില്ല.

ഹിന്ദുമതം, നമ്മുടെ സമൂഹത്തെ ജാതീയമായി വിഭജിച്ചു. മനുഷ്യന്റെ സർഗ്ഗശേഷിയെയും ചിന്താശേഷിയെയും ഇടപഴകാനുള്ള സഹജവാസനകളെയും മുരടിപ്പിച്ചുവെന്നും ജാതിയെ ചൂഷണോപാധിയാക്കിയ മതമാണ് ഹിന്ദുമതമെന്നും ആ മതത്തിന്റെ അടിസ്ഥാനത്തിൽ ഒരു രാഷ്ട്രം കെട്ടിപ്പടുക്കാൻ ശ്രമിക്കുന്നത് ഈ രാഷ്ട്രത്തിന്റെ പുരോഗതിയെ പിറകോട്ടടിക്കുമെന്നും നമ്മുടെ രാഷ്ട്രത്തിന്റെ ഗതി പിന്നോട്ടാണെന്നും അവർ ഓർമ്മിപ്പിച്ചു. മതാധിഷ്ഠിതരാഷ്ട്രമല്ല മതനിരപേക്ഷ രാഷ്ട്രമാണ് ലോകം അംഗീകരിക്കുന്ന ആധുനിക ചിന്തയെന്നും വിശദീകരിക്കാനുള്ള ആശയദാർഢ്യം ഗൗരി ലങ്കേഷിനു വ്യക്തമായുണ്ടായിരുന്നു. ജനാധിപത്യത്തെയും ബഹുസ്വരതയെയും വളരാൻ അനുവദിക്കാത്ത തീവ്ര ഹൈന്ദവരാഷ്ട്രീയം കൃത്യമായും രാഷ്ട്രവിരുദ്ധ ദർശനമാണെന്നും അഖണ്ഡതാവിരുദ്ധമാണെന്നും മനസ്സിലാക്കിയിരുന്നു. ആ ആശയസംഹിതക്കെതിരെ പോരാടാൻ എന്ത് വിലകൊടുക്കാനും അവർ തയ്യാറായിരുന്നു. എല്ലാവിധ ജാതിയതയിൽ പെട്ടവർക്കും മതവിശ്വാസികൾക്കും ഇവിടെ ജീവിക്കാൻ അവകാശമുണ്ടെന്ന് അവർ വിശ്വസിച്ചിരുന്നു. തീവ്രഹിന്ദുത്വത്തിനെതിരെ ശബ്ദമുയർത്തുന്നവരെ കൊന്നു തള്ളുന്നതിനെയും വധഭീഷണി മുഴക്കി ഭയപ്പെടുത്തുന്നതിനെയും അവർ അപലപിച്ചു. ന്യൂനപക്ഷങ്ങൾ നൂറ്റാണ്ടുകളായി ഇന്ത്യൻ ജനതയുടെ ജീവിതസഞ്ചാരങ്ങളിൽ ഗണ്യമായി സംഭാവനകൾ ചെയ്തിട്ടുണ്ടെന്നും രാഷ്ട്രീയ സ്വാതന്ത്ര്യ സമരവേദിയിലും ശാസ്ത്ര-കായിക- കലാ-സാഹിത്യ-സാംസ്കാരിക മേഖലകളിലും അവരുടെ സംഭാവനകൾ മികച്ചതാണെന്നും അവർ പാകിസ്ഥാനിലേക്കു പോകേണ്ടവർ ആണെന്ന് പറയുന്നവർ വിഘടനവാദികളാണെന്നും അവർ തുറന്നെഴുതി.

മതേതരത്വം തകരുന്നു, ഫാസിസം വളരുന്നു

ആയിരത്തി തൊള്ളായിരത്തി തൊണ്ണൂറ്റി രണ്ടിൽ ബാബറി മസ്ജിദ് തകർത്തു രാമക്ഷേത്രം പണിയാനുള്ള പ്രവർത്തനം ലോക ജനതയുടെ മുന്നിലേക്ക് ഇന്ത്യ എറിഞ്ഞിട്ട ഏറ്റവും വലിയ കളങ്കമാണെന്നും അവർക്കുറപ്പുണ്ടായിരുന്നു. ചരിത്രകാല ചെയ്തികളിൽ തിരിഞ്ഞുനോക്കുമ്പോൾ ശരി തെറ്റുകൾ ഉണ്ടാവാം. എന്നാൽ ഈ കാലത്ത് ചരിത്രത്തിന്റെ തെറ്റുകൾ? ആവർത്തിക്കുന്നത് അപകടങ്ങളെ ക്ഷണിച്ചു വരുത്തുകയാണ് ചെയ്യുന്നതെന്നും അവർ ഓർമ്മിപ്പിച്ചു. ഗുജറാത്തിലും തുടർന്നുണ്ടായ സംഭവങ്ങളിലും ഈ പാർട്ടി രാഷ്ട്രീയമായി തെറ്റുകളിൽനിന്നും തെറ്റുകളിലേക്ക് നയിക്കപ്പെടുകയാണെന്നും അത് തടയേണ്ടതാണെന്നും ഇല്ലെങ്കിൽ ഇന്ത്യയുടെ ഗതി ഇരുളിലാണ്ടു പോകു

മെന്നും അവർ വിശ്വസിച്ചു. ഒരു വിഭാഗം ജനതയെ വംശഹത്യ ചെയ്തതിലൂടെ നേടിയ ഗുജറാത്തിലെ വിജയം സാങ്കേതികമായത് മാത്ര മാണെന്നും യഥാർത്ഥത്തിൽ അത് മതേതരമായി ഗുജറാത്തിന്റെ മാത്ര മല്ല രാഷ്ട്രത്തിന്റെ തന്നെ പരാജയമാണെന്നും അവർ എഴുതി. എല്ലാ സംസ്കാരങ്ങളെയും സ്വീകരിക്കാൻ സന്നദ്ധമായ മതനിരപേക്ഷവും സ്വതന്ത്രവുമായ ഒരു സംസ്കാരം ഇന്ത്യക്കുണ്ടായിരുന്നു. ആ മഹത്തായ സംസ്കാരത്തെ തകർത്തുകൊണ്ട് മതന്യൂനപക്ഷങ്ങളെയും ദളിതരെയും അടിച്ചമർത്തി, ഭയപ്പെടുത്തി, അവർക്കുള്ളിൽ ഭീതി പടർത്തി, അധികാ രത്തിൽ കയറാൻ തീവ്രവലതുപക്ഷശക്തികൾ ശ്രമിക്കുകയാണെന്നും അവർ ധീരമായെഴുതി:

> ഇന്ത്യ ഒരു മതേതരജനാധിപത്യ രാഷ്ട്രമാണ്. വിമർശിക്കാനുള്ള സ്വാതന്ത്ര്യവും പ്രവർത്തിക്കാനുള്ള സ്വാതന്ത്ര്യവും എനിക്കുണ്ട്. എനിക്കെതിരെ അവർ സംവാദത്തിന് വരട്ടെ, ഞാൻ എന്റെ നില പാടുകൾ വ്യക്തമാക്കാം.

ഒരു സന്ദർഭത്തിൽ അവർ എഴുതി:

> രാജ്യത്തെ ഭരണഘടന ഓരോരുത്തരെയും പഠിപ്പിക്കുന്നത് മത നിരപേക്ഷത പാലിക്കുന്ന പൗരനാകാനാണ്, അല്ലാതെ വർഗ്ഗീയ വാദിയാകാനല്ല. അതുകൊണ്ട് വർഗ്ഗീയവാദികളെ എതിർക്കുമെന്നു ഉറക്കെ പറയണം.

മോദി വിരുദ്ധത

ന്യൂനപക്ഷ സമൂഹത്തിന്റെ വംശഹത്യക്ക് നേതൃത്വം കൊടുത്ത നേതാവാണ് നരേന്ദ്രമോദി. നരേന്ദ്രമോദിയുടെ രാഷ്ട്രീയം ഇന്ത്യക്കു സഹി ക്കാനാവില്ല. മോദി നടത്തുന്ന ഓരോ പ്രസ്താവനകളും കാപട്യമാണ്. അദ്ദേഹത്തിന്റെ ഓരോ നയപരിപാടികളും ആത്മവഞ്ചനയാണ്. അദ്ദേഹം പ്രഖ്യാപിക്കുന്ന ഓരോ ജനകീയ പദ്ധതികളും വ്യാജമാണ്. അവർ തുറ ന്നെഴുതി. ആ പാർട്ടിക്കെതിരെ ശക്തമായ പ്രചാരണം നടത്താൻ തന്റെ പത്രത്തെ ഉപയോഗപ്പെടുത്തുകയും ചെയ്തു. ഇങ്ങനെ വിമർശിക്കു ന്നതുകൊണ്ട് തനിക്കും തന്റെ പത്രത്തിനുമെതിരെ നിരവധി എതിർപ്പു കളും ആക്രമണങ്ങളും പ്രചാരണങ്ങളും നടക്കുന്നുണ്ടല്ലോ എന്ന ചോദ്യ ങ്ങൾക്കു മുന്നിൽ അവർ പതറാതെ ഉത്തരം പറഞ്ഞു.

വ്യാജരാഷ്ട്രീയം

മോദി ഭരണത്തെ വിമർശിക്കുന്നതിനു വേണ്ടി ഒരു പംക്തി തന്നെ അവർ തന്റെ പത്രത്തിൽ നീക്കിവെച്ചു. അതിന്റെ പേരാണ് 'ബസ്സി

ബസ്സ്യ' എല്ലാ ലക്കങ്ങളിലും മോദി സർക്കാരിന്റെ നയപരിപാടികളിലെ ജനവിരുദ്ധതകളെ തുറന്നു കാണിക്കുന്നതിന് വേണ്ടി ആ പംക്തി നീക്കി വെച്ചു. സുരേഷ് ഭട്ട് ബക്റി ബേയിൽ എന്ന ജേർണലിസ്റ്റ് ആണ് ആ പംക്തി കൈകാര്യം ചെയ്തിരുന്നത്.

കള്ളപ്പണം സൂക്ഷിക്കുന്ന വിദേശബാങ്കുകളിലെ പണം പിടിച്ചെടുത്തു ഇന്ത്യൻ ജനതയ്ക്ക് വീതിച്ചുകൊടുക്കും എന്ന നരേന്ദ്രമോദിയുടെ പ്രഖ്യാപനം തിരഞ്ഞെടുപ്പിനു മുൻപുള്ള ഓലപ്പടക്കമായിരുന്നുവെന്ന് അവർ വിമർശിച്ചു. തിരഞ്ഞെടുപ്പ് കഴിഞ്ഞപ്പോൾ, എന്താണ് കള്ളപ്പണം പിടിച്ചെടുക്കാത്തത് എന്നവർ ചോദിച്ചു. ഇത്തരം കാപട്യങ്ങളിലൂടെ അധികാരത്തിൽ കയറി വീണ്ടും കപടമായ പ്രഖ്യാപനങ്ങൾ പ്രധാനമന്ത്രി നടത്തുകയാണെന്നും അവർ സ്ഥാപിച്ചു.

പിന്നീടവർ എഴുതിയത് ഇങ്ങനെയാണ്:

> ഒരു ഇന്ത്യൻ പൗരൻ എന്ന നിലയിൽ ഞാൻ ബി ജെ പിയുടെ ഫാസിസ്റ്റു വർഗ്ഗീയ രാഷ്ട്രീയത്തെ എതിർക്കുന്നു. ഹിന്ദുധർമ്മത്തിന്റെ ആദർശങ്ങളെക്കുറിച്ചു നടത്തുന്ന ദുർവ്യാഖ്യാനത്തെ എതിർക്കുന്നു. ഹിന്ദുമതത്തിന്റെ വിവേചനപരവും അനീതിപൂർവ്വകവും ലിംഗസമത്വവിരുദ്ധവുമായ ജാതിസമ്പ്രദായത്തെ എതിർക്കുന്നു.

ഇങ്ങനെ പറയാനും ഈ പ്രവർത്തനത്തിൽ ഏർപ്പെടാനുമുള്ള സ്വാതന്ത്ര്യവും മൗലികമായ അവകാശങ്ങളും ഒരു പൗരനില്ലേ, അവർ ചോദിച്ചു. രാഷ്ട്രീയവിശകലന ശേഷി കുറഞ്ഞ ഇന്ത്യൻ ജനതയിൽ മതവികാരങ്ങളും നുണകളും പ്രചരിപ്പിക്കുന്ന നാലാംകിട രാഷ്ട്രീയത്തെ അവർ തുറന്നെതിർത്തു. നോട്ട് നിരോധനം കൊണ്ട് സർക്കാർ അവകാശപ്പെടുന്ന രീതിയിൽ ലക്ഷക്കണക്കിനാളുകൾ നികുതിയടയ്ക്കാൻ തുടങ്ങിയെന്ന വാദം വ്യാജമാണെന്നവർ തെളിവു സഹിതം എഴുതി സമർത്ഥിച്ചു.

ഭക്ഷണത്തിൽ സർക്കാർ ഇടപെടരുത്

ഭക്ഷണം കഴിക്കാനുള്ള പൗരന്റെ അവകാശങ്ങൾക്കു മേൽ സർക്കാരുകൾക്ക് കടന്നു കയറാൻ യാതൊരു അവകാശവുമില്ല. പശു ഒരു പുണ്യമൃഗമല്ലെന്നും ആ മൃഗത്തെ ഇന്ത്യയിൽ എത്രയോ കാലമായി ഭക്ഷണമാക്കിയിരുന്നുവെന്നും ഹിന്ദുക്കൾതന്നെ അതിനെ കൊന്നു തിന്നിരുന്നുവെന്നും ഇപ്പോൾ കാണിക്കുന്ന ഈ പശു സ്നേഹം, ഒരു വിഭാഗം ന്യൂനപക്ഷങ്ങളുടെ ജോലി കളഞ്ഞു അവരുടെ വയറ്റത്തടിക്കാനാണെന്നും അവർ വിമർശിച്ചു. പശുവിനെ സംരക്ഷിക്കാൻ വേണ്ടി നടത്തുന്ന മനുഷ്യക്കൊലകളെ (ദളിത്- മുസ്ലീം) ഗൗരി ലങ്കേഷ് പരിഹസിച്ചു.

ഇറോം ശർമ്മിള ഉയർത്തുന്ന മുദ്രാവാക്യങ്ങൾ കണ്ടില്ലെന്നു നടിക്കുന്ന കേന്ദ്രസർക്കാരിന്റെ നയസമീപനങ്ങളെ അവർ തന്റെ പത്രത്തിലൂടെ എതിർത്തു. സ്ത്രീകൾ അനുഭവിക്കുന്ന ഓരോ പീഡനങ്ങളുടെയും മുന്നിൽ നിന്ന് സ്ത്രീകളുടെ കണ്ണീരൊപ്പുന്നതിനു വേണ്ടി ഗൗരി ലങ്കേഷ് പ്രവർത്തിച്ചു.

14

ആക്ടിവിസ്റ്റുകൾ വലതുപക്ഷത്തിനെതിരെ

(കടപ്പാട് ഡിസംബർ 29, 2015 *ബാംഗ്ലൂർ മിറർ* വാരികയിൽ എഴുതിയ ലേഖനം)

കർണ്ണാടകയുടെ തീരദേശത്തുനിന്നുള്ള സുഹൃത്തുക്കളോട് ഞാൻ ചോദിച്ചു: ഈ നരകകവാടത്തിനെ നിങ്ങളെങ്ങനെ (മംഗ്ലൂരുതീരദേശം) വീട് എന്ന് വിളിക്കും? തമാശയായി പറഞ്ഞതായിരുന്നില്ല. കഴിഞ്ഞ ഒരു ദശകത്തിലേറെക്കാലമായി ഈ തീരദേശം ഭീഷണികളും ആക്രമണങ്ങളും അധിക്ഷേപവാക്കുകളും കൊണ്ട് മുഖരിതമാണ്. ഞാൻ പറയുന്നത്, വിവിധ ജാതികളിലുള്ള ആൺകുട്ടികളും അവർ വിവിധ ജാതിമതങ്ങളിൽപ്പെട്ടവരാണെന്നു പറയുന്ന ആക്രമണങ്ങളെക്കുറിച്ചല്ല. ക്രിസ്ത്യൻ പള്ളികളെയും കന്യാസ്ത്രീകളെയും ആക്രമിച്ചതിനെപ്പറ്റി പോലുമല്ല. ഞാൻ പറയുന്നത് കാവിവല്ക്കരണ സംഘനേതാക്കൾക്കെതിരെ ധീരമായി എതിർത്ത പ്രമുഖരായ ആക്ടിവിസ്റ്റുകൾക്കും കോളേജ് അദ്ധ്യാപകർക്കും എഴുത്തുകാർക്കും ചിന്തകർക്കും എതിരായ ആക്രമണങ്ങൾക്കെതിരെയാണ്.

പട്ടാഭിരാമൻ സോമയാജി

മംഗ്ലൂരു യൂണിവേഴ്സിറ്റി കോളേജിലെ ഇംഗ്ലീഷ് അദ്ധ്യാപകനായ പട്ടാഭിരാമൻ സോമയാജിയാണ് കാവിക്കാരുടെ ദ്രോഹം സഹിക്കേണ്ടി വന്ന ആദ്യത്തെയാൾ. തൊണ്ണൂറുകളിൽ കോജേൻട്രിക്സ് പവർ പ്ലാന്റ് (Cogentrix Power Plant) വരുന്നതിനെതിരെ വിദ്യാർത്ഥികൾ നടത്തിയ ഗംഭീരമായ സമരത്തിന്റെ മുന്നണിയിൽ ഉണ്ടായിരുന്നയാളാണ് അദ്ദേഹം. പിന്നീടദ്ദേഹം കാവികൾക്കെതിരെ തിരിഞ്ഞു. രാമസേനയിലെ കോമാളികൾ 2009 ൽ പെൺകുട്ടികൾ പബ്ബിൽ ബിയർ കുടിക്കാൻ പോയതിനെ ആക്രമിച്ചപ്പോൾ അദ്ദേഹമിവരെ രാവണസേനയെന്നു കളിയാക്കി വിളിച്ചു. ഈ വിഷയത്തിൽ പ്രകോപിതരായ ഭാരതീയ ജനതാ പാർട്ടി

യുടെ വിദ്യാർത്ഥി വിഭാഗമായ അഖില ഭാരതീയ വിദ്യാർത്ഥി പരിഷത്തുകാർ, ഹിന്ദുവികാരം വ്രണപ്പെടുത്തി എന്നാരോപിച്ചു കൊണ്ട് അദ്ദേഹത്തെ ജോലിയിൽ നിന്നും പിരിച്ചുവിടാൻ ആവശ്യപ്പെട്ടു.

2012 ൽ പശുവിനെ കൊല്ലുന്നതിനെതിരെ ഭ്രാന്തമായ പരാക്രമങ്ങൾ നടത്തുന്നതിനിടയിൽ ഒരു ടി വി ചർച്ചയിൽ ഈ പശുവിനെ സംരക്ഷിക്കുന്നത് 'ഗുണ്ട' കളാണെന്നു അദ്ദേഹം പറയുകയുണ്ടായി. ഇതും മഹാനായ ഒരു ഹിന്ദു ഗുരുവിനെ പ്രകോപിതനാക്കി. രണ്ടാഴ്ച കഴിഞ്ഞപ്പോൾ ആ അദ്ധ്യാപകനെതിരെ ആക്രമണമുണ്ടായി. ഫ്ളയിങ് സ്ക്വാഡിന്റെ മുഖ്യനായിരുന്ന സോമയാജിയും സഹപ്രവർത്തകരും നഗരത്തിലെ പമ്പ്വെൽ ഹോട്ടലിൽ നിന്ന് ഉച്ചഭക്ഷണം കഴിച്ചു പുറത്തിറങ്ങുമ്പോൾ മോട്ടോർ സൈക്കിളിൽ വന്ന ഏതാനും ഗുണ്ടകൾ അദ്ദേഹത്തിന്റെ മുഖത്ത് ചാണകം കൊണ്ടഭിഷേകം ചെയ്യുകയുണ്ടായി. കാവി ഗുണ്ടകൾക്ക് സ്വാധീനമുള്ള ഇടമായിരുന്നു അത്.

സുരേഷ് ഭട്ട്

സുരേഷ് ഭട്ട് ബക്രെബെയിൽ എന്ന പൊതുപ്രവർത്തകൻ വിരമിച്ച എഞ്ചിനീയറായിരുന്നത്. 2014 ഏപ്രിൽ മാസത്തിൽ കർണ്ണാടക സമുദായ സൗഹാർദ്ദവേദിയുടെ (District President of Karnataka Communal Harmonay Forum KCHF) ജില്ലാ പ്രസിഡന്റായ അദ്ദേഹവും പ്രവർത്തകരും കബീർ എന്ന കാളവണ്ടിക്കാരനെ കൊന്നതിൽ നക്സൽ വിരുദ്ധശക്തികളുടെ പങ്കിനെക്കുറിച്ച് പത്രസമ്മേളനത്തിൽ കുറ്റപ്പെടുത്തിക്കൊണ്ട് പ്രസംഗിക്കുകയുണ്ടായി. ഏതാനും നിമിഷങ്ങൾക്കകം കുറച്ചു യുവാക്കൾ അദ്ദേഹത്തിന്റെ മുഖത്തും ചാണകം കൊണ്ട് അഭിഷേകം നടത്തുകയുണ്ടായി.

സോമയാജിക്കും സുരേഷ് ഭട്ട് ബക്രബെയിലൈനും പുറമെ നിരവധിയാളുകൾ ഇതുപോലെ കൃത്യമായി ആക്രമിക്കപ്പെടുകയുണ്ടായിട്ടുണ്ട്. പ്രഗത്ഭനായ എഴുത്തുകാരനും ആക്ടിവിസ്റ്റും മാഹി യൂണിവേഴ്സിറ്റിയിൽ അദ്ധ്യാപകനുമായ കെ പാണിരാജിനും ബാങ്കിൽനിന്നും വിരമിച്ച ഉദ്യോഗസ്ഥൻ ജി രാജേശേഖറിനും ഫോണിൽ ഭീഷണിപ്പെടുത്തുന്ന തെറിവാക്കുകൾ കേൾക്കേണ്ടി വന്നിട്ടുണ്ട്. പാണിരാജ് തമാശയായി പറയാറുണ്ട്. 'കൊടിച്ചിപ്പട്ടിയുടെ മോനേ.' 'വിധവയ്ക്കുണ്ടായവനേ..' 'മുസ്ലീമിനുണ്ടായവനേ..' എന്നൊക്കെയാണവർ പറഞ്ഞ തെറിവാക്കുകൾ...!

വിദ്യാ ദിനകർ

മംഗ്ലൂർ സ്പെഷ്യൽ എക്കണോമിക്സോണി (MSEZ) നെതിരായി പ്രവർത്തിച്ച വിദ്യാ ദിനകർ എന്ന തീപ്പൊരി പ്രവർത്തകയാണ് അടുത്ത ഇര. 2007 ൽ മംഗ്ലൂരിൽ മാസ്റ്റർ പ്ലാൻ അറിയാൻ റൈറ്റ് ഫോർ

ഇൻഫോർമേഷനിൽ ആവശ്യപ്പെട്ടു. അപ്പോഴാണറിയുന്നത് 75,000 ഏക്കർ ഭൂമി ഏറ്റെടുത്തുകൊണ്ട് കേന്ദ്രസർക്കാർ അനുമതിയോടെ പെട്രോളിയം കെമിക്കൽസും പെട്രോകെമിക്കൽ ഇൻവെസ്റ്റ്മെന്റ് സോൺ (Petroleum Chemicals and Petrochemicals Investment Region (PCPIR) Near Mangalur) തയ്യാറാക്കിക്കൊണ്ടിരിക്കുന്ന മാസ്റ്റർ പ്ലാനിന്റെ വിവരങ്ങളറിയുന്നത്. ഇതിലേക്കായി 75,000 ഏക്കർ ഭൂമി നോട്ടിഫിക്കേഷൻ കഴിഞ്ഞിട്ടുണ്ട്. അതിൽ 6000 ഏക്കർ ഭൂമിയാണ് ആദ്യം ഏറ്റെടുക്കുന്നത് എന്നറിഞ്ഞപ്പോൾ വിദ്യാ ദിനകർ ഞെട്ടിപ്പോയി. തന്റെ പ്രിയപ്പെട്ട നഗരമായ മംഗലാപുരം പെട്രോളിയം ഉല്പന്നങ്ങളുടെ ഒരു കേന്ദ്രമായി മാറുന്നതിൽ അവർക്ക് വേദനയുണ്ടായി. അവർ എല്ലാ വിവരങ്ങളും ശേഖരിച്ചു ജനങ്ങളെ സമീപിച്ചു. കർണ്ണാടകവ്യവസായ ഏരിയ ഡെവലപ്മെന്റ് ബോർഡ് (KIADB), ആദ്യഘട്ടമായി 1800 ഏക്കർ ഭൂമി ഏറ്റെടുക്കാൻ വന്നിരുന്നുവെന്നും വിദ്യക്കും കൂട്ടുകാർക്കും അതിൽ ഒന്നും ചെയ്യാനായില്ല എന്നും അവർ അറിഞ്ഞിരുന്നു. എന്നാൽ അടുത്ത ഘട്ടമായി 2035 ഏക്കർ ഭൂമി ഏറ്റെടുക്കാൻ ശ്രമിച്ചപ്പോൾ ഭൂമി ഏറ്റെടുക്കുന്ന ഇടങ്ങളിലും സർക്കാർ ഓഫീസുകളിലും നീണ്ട സമരം നടത്തി. അങ്ങനെ 2011 ൽ കേന്ദ്രസർക്കാരും സംസ്ഥാന സർക്കാരും ഈ പെട്രോളിയം കേന്ദ്രം എന്ന പദ്ധതി നിർത്തിവെക്കാൻ തീരുമാനമെടുത്തു. എന്നാൽ വിദ്യയെ ജയിലിലടയ്ക്കുകയും 13 കേസുകൾ അവർക്കെതിരെ സംസ്ഥാന സർക്കാരും MSEZ ഉം ചേർന്ന് ചാർജ്ജ് ചെയ്യുകയും ചെയ്തു. ഓരോ കേസുകളും അവർ വാദിച്ചു, 11 എണ്ണവും തള്ളിക്കളയുകയും ചെയ്തു.

കുട്ടികളെ ദുർന്നടപ്പിനായി ഉപയോഗിക്കുന്നത് തടയുക, പരിസ്ഥിതി സംരക്ഷിക്കുക, സ്ത്രീപീഡനങ്ങൾ തടയുക, സദാചാര പൊലീസിങ് തടയുക തുടങ്ങിയ വിവിധ മാനവികമായ പ്രവർത്തനങ്ങളിലും വിദ്യ ഇതിനിടയിൽ ഏർപ്പെട്ടിരുന്നു. വിദ്യ വീണ്ടും വാർത്തകളിൽ നിറയാൻ തുടങ്ങുന്നത് ഷാരൂഖ് ഖാൻ അഭിനയിച്ച *ദിൽവാലെ* എന്ന പടത്തിന്റെ പ്രദർശനം സംഘപരിവാർ ഗുണ്ടകൾ തടഞ്ഞപ്പോൾ പൊലീസിനോട് ആ ഗുണ്ടകൾക്കെതിരെ കേസെടുക്കാൻ ആവശ്യപ്പെട്ടതോടുകൂടിയാണ്. പൊലീസ് അത് ചെയ്യാൻ മടിച്ചപ്പോൾ വിദ്യ സ്വന്തമായി പരാതി രജിസ്റ്റർ ചെയ്തു. പിന്നീട് ആക്രമണങ്ങൾ ആരംഭിക്കുകയായിരുന്നു.

ബജ്രംഗ ദൾ കൺവീനറായ പുനീത് കൊട്ടാരിയായിരുന്നു ആക്രമണം നയിച്ചത്. അയാളുടെ വലതുകൈയായി വർത്തിച്ചിരുന്നവർ അമ്പതുവാക്കുകൾ കൊണ്ട് അവരെ ആക്രമിച്ചു. 'പാകിസ്ഥാനിലേക്കു പോകണമെന്നും അല്ലെങ്കിൽ അവളെ ബലാത്സംഗം ചെയ്തു കൊല്ലുമെന്ന'മായിരുന്നു ഭീഷണി.

ഇപ്പോഴാണ് നമ്മൾ ഓർമ്മിക്കുന്നത് സാഹചര്യങ്ങൾ എത്ര ഭീകരമാണെന്നും ഭൂവിത് ഷെട്ടി എന്ന കാവി ഗുണ്ട അടുത്തകാലത്തു ചെയ്തത് എന്താണെന്നും. ചരിത്രകാരനും പണ്ഡിതനുമായ പ്രൊഫ. എം എം കൽബുർഗി കൊല്ലപ്പെട്ടപ്പോൾ പ്രൊഫ. ഭഗവാനെയും ഭൂവിത്

ഷെട്ടി ഇതേരീതിയിൽ ഭീഷണിമുഴക്കി വിരട്ടാൻ നോക്കിയിരുന്നു. എല്ലായിടത്തുനിന്നും മുറവിളി അയാൾക്കെതിരെ ഉയർന്നപ്പോൾ പൊലീസ് കേസെടുത്തുവെങ്കിലും അയാൾ ജാമ്യത്തിലിറങ്ങി. ഏതാനും മാസങ്ങൾക്കു ശേഷം ടിപ്പുസുൽത്താൻ വിവാദത്തിന്റെ പേരിൽ ഹരീഷ് പൂജാരിയെന്ന നിഷ്ക്കളങ്കനായ ഒരു യുവാവിനെ ഭൂവിതും ചില കൂട്ടുകാരും കൂടി കൊന്നു. വാട്സ് ആപ്പിൽ പുനീതിന്റെ പടം അഭിമാനത്തോടെ പ്രചരിപ്പിക്കുമ്പോൾ വിദ്യയുടെ ജീവിതം മാത്രമല്ല, നമ്മുടെ സംസ്ഥാനത്തിന്റെ വിവേകംകൂടി ഭീതിയോടെ ചോദ്യം ചെയ്യപ്പെടുകയാണ്.

ദേശീയ പൗരാവകാശ സംരക്ഷണദിന പ്രസംഗം ഡൽഹിയിൽ നടത്തിയത്

ഒരു പുരോഗമനമതേതര സംസ്ഥാനം എന്ന നിലയിൽ നിന്ന് കർണ്ണാടകം, സാമുദായിക വിഭാഗീയ വീക്ഷണത്തിലേക്കു നീങ്ങുന്നതു ഒരേ സമയം രസകരവും ദുർബ്ബലവുമായി തീരുന്നു. കാൾ മാർക്സിനും മുൻപ് പന്ത്രണ്ടാം നൂറ്റാണ്ടിൽ തന്നെ തൊഴിലിന്റെ മാന്യത, സമത്വം, യുക്തിബോധം, എന്നിവയ്ക്കും ബ്രാഹ്മണമേധാവിത്വത്തിനെതിരെയും ബസവണ്ണ ഓർമ്മിപ്പിച്ചിരുന്നു. എന്നാലിന്ന്, ആരൊക്കെയാണോ ബസവണ്ണയുടെ പിൻഗാമികളെന്നവകാശപ്പെടുന്നവർ, അവരെല്ലാം ബസവണ്ണയുടെ നിലപാടുകൾക്കെതിരെ നിലകൊള്ളുന്ന ബി ജെ പിക്കാരാണ്. എത്ര ലാഘവമായിട്ടാണ് അവർ വധഭീഷണികൾ മുഴക്കുന്നത്? മുൻകാലങ്ങളിൽ ഭരണകൂട വിമർശനം നടത്തിയിരുന്ന ചിന്തകർക്കും ആക്ടിവിസ്റ്റുകൾക്കുമെതിരെ ശാരീരിക ആക്രമണം ഉണ്ടായിട്ടില്ല.

ഇരുപതാം നൂറ്റാണ്ടിൽ ജ്ഞാനപീഠം അവാർഡ് നേടിയ കവെമ്പു 'ജാതിയുടെയും സമുദായങ്ങളുടെയും ഇരുട്ടിൽ നിന്ന് പുറത്തുകടന്നു വിശ്വപൗരനാകൂ' എന്ന് പ്രസ്ഥാനത്തെ നയിച്ചുകൊണ്ട് ആഹ്വാനം ചെയ്തു. അതിനു പുറമെ യു ആർ അനന്തമൂർത്തി, എം എം കൽബുർഗി, എന്റെ പിതാവ് പി ലങ്കേഷ്, പൂർണ്ണചന്ദ്ര തേജസ്വി... ഇവരെല്ലാവരും തന്നെ ജവഹർലാൽ നെഹ്റു, ഇന്ദിരാ ഗാന്ധി, രാജീവ് ഗാന്ധി എന്നിവരെ രൂക്ഷമായി വിമർശിച്ചവരായിരുന്നു. എന്നാൽ ഞാൻ പറയട്ടെ, ആരുംതന്നെ ഭീഷണിക്കു വിധേയമാവുകയോ കൊല്ലപ്പെടുകയോ ചെയ്തിട്ടില്ല. ഇന്ന് വധഭീഷണി ഒരു സാധാരണ സംഭവമായി മാറിയിരിക്കുന്നു. ഹോംസ്റ്റേക്കെതിരെയും പബ്ബിൽപ്പോയി പെൺകുട്ടികൾ മദ്യപിക്കുന്നതിനെതിരെയും ആക്രമണം സംഘടിപ്പിക്കുന്നത് സംസ്കാരത്തിന്റെയും സ്ത്രീ സംരക്ഷണത്തിന്റെയും പേരിലാണെങ്കിൽ, ദളിതരെയും സ്വതന്ത്ര ചിന്തകരെയും ഇടതുപക്ഷ പ്രവർത്തകരെയും ആക്രമിക്കുന്നതും കൊല്ലുന്നതും ഹിന്ദുത്വത്തിന്റെ പേരിലാണ്.

കോൺഗ്രസ് വിമർശനം

രാഹുൽ ഗാന്ധി ജെ എൻ യുവിൽ പോയി കനയ്യ കുമാറിനെ കണ്ട് തന്റെ പാർട്ടിയുടെ പിന്തുണ പ്രഖ്യാപിച്ചു. എന്നാൽ ഇവിടെ തിരുവിതാംകൂറിൽ എ ബി വി പി വിദ്യാർത്ഥി ഗുണ്ടകളുടെ ആക്രമണത്തിനെതിരെ നോട്ടീസ് വിതരണം ചെയ്ത അഖിലേന്ത്യാ വിദ്യാർത്ഥി ഫെഡറേഷൻ (AISF) പ്രവർത്തകരെ രാജ്യദ്രോഹക്കുറ്റത്തിനെതിരെ (Sedition Cases) കേസെടുത്തു പീഡിപ്പിക്കുന്നു. ഞാൻ കർണ്ണാടക ആഭ്യന്തര മന്ത്രിയോട് എ ബി വി പി ക്കെതിരെ കേസെടുക്കാൻ പറഞ്ഞു. എന്നാൽ ആ സമയത്തു അവർ സമ്മതിക്കുകയും എന്നാൽ AISF പ്രവർത്തകർക്കെതിരെ കേസെടുക്കുകയുമാണുണ്ടായത്. ഇതാണ് കോൺഗ്രസ് സർക്കാരിന്റെ ഇരട്ടത്താപ്പു നയം.

15

വ്യാജവാർത്തകളുടെ കാലം

ഗൗരി ലങ്കേഷ് എഴുതിയ അവസാനത്തെ പത്രാധിപക്കുറിപ്പ്

ഗൗരിലങ്കേഷ് പത്രികയിലെ കണ്ട ഹാംഗെ (കണ്ടത് അതു പോലെ) എന്ന മൂന്നാം പേജിൽ പ്രസിദ്ധീകരിച്ച പത്രാധിപക്കുറിപ്പ്.

ഗീബൽസിന്റെ മാതൃകയിൽ ഇന്ത്യയിൽ ഈ വ്യാജ വാർത്താ നിർമ്മാണ ഫാക്ടറികൾ പ്രവർത്തിക്കുന്നതെങ്ങനെ എന്നതിനെക്കുറിച്ച് *ഗൗരിലങ്കേഷ് പത്രിക*യിലെ ഈ ആഴ്ചയിലെ പതിപ്പിൽ എന്റെ സുഹൃത്ത് ഡോ. വാസു എഴുതിയിട്ടുണ്ട്. മോദിഭക്തരാണ് അത്തരം നുണ ഫാക്ടറികൾ നടത്തുന്നത്, ഇത്തരം നുണ നിർമ്മാണ ഫാക്ടറികൾ സൃഷ്ടിക്കുന്ന പ്രശ്നങ്ങളെപ്പറ്റിയാണ് എന്റെ ഈ പത്രാധിപക്കുറിപ്പ്.

കർണ്ണാടക ഗവൺമെന്റ് തീരുമാനിക്കുന്ന സ്ഥലങ്ങളിൽ മാത്രമേ ഗണേശപ്രതിമകൾ സ്ഥാപിക്കാവൂ എന്നൊരു അപവാദം ഗണേഷ് ചതുർത്ഥി സമയത്ത് സംഘ പരിവാറുകാർ സാമൂഹ്യമാധ്യമങ്ങളിൽ പ്രചരിപ്പിച്ചു. ഒരു പ്രതിമ സ്ഥാപിക്കുന്നതിന് മുമ്പ് 10 ലക്ഷം രൂപ സർക്കാരിൽ നിക്ഷേപിക്കണമെന്നും പ്രതിമയുടെ ഉയരം തീരുമാനിക്കാൻ സർക്കാർ അനുമതി വേണമെന്നും മറ്റു മതക്കാർ താമസിക്കുന്ന പ്രദേശത്തുകൂടെ നിമജ്ജനറാലി കടന്നുപോകരുതെന്നും പടക്കങ്ങൾ അനുവദനീയമല്ലെന്നും മറ്റുമാണ് അവർ പറയുന്നത്. രാഷ്ട്രീയ സ്വയംസേവക് സംഘ് ആണ് ഈ വ്യാജവാർത്ത പരത്തിയത്. ഇതെല്ലാം നുണയായിരുന്നുവെന്നും സർക്കാർ ഇത്തരത്തിൽ ഒരു പ്രഖ്യാപനം പുറത്തിറക്കിയിട്ടില്ലെന്നും വിശദീകരിക്കാൻ ഒടുവിൽ കർണ്ണാടക പൊലീസ് മേധാവി ആർ കെ ദത്ത് പത്രസമ്മേളനം നടത്തേണ്ടതായി വന്നു.

ഈ അപവാദം പ്രചരിപ്പിച്ചത് ആരെന്നറിയാൻ അന്വേഷിച്ചപ്പോൾ പോസ്റ്റ് കാർഡ് ന്യൂസ് എന്ന വെബ് സൈറ്റിലാണ് ഞങ്ങൾ എത്തി

ച്ചേർന്നത്. ഈ വെബ്സൈറ്റ് നടത്തുന്നത് മതഭ്രാന്തരായ ഹിന്ദുപ്രചാരകർ ആണ്. ഈ സൈറ്റ് വ്യാജവാർത്തകൾ പ്രതിദിനവും നിർമ്മിച്ചെടുത്തു അവ സാമൂഹ്യമാധ്യമങ്ങളിൽ പ്രചരിപ്പിക്കുകയാണ് ചെയ്യുന്നത്.

'കർണ്ണാടകയിൽ താലിബാൻ ഭരണം' എന്ന തലക്കെട്ടിൽ ആഗസ്ത് 11 ന് പോസ്റ്റ് കാർഡിൽ മറ്റൊരു നുണ വാർത്ത വന്നിരുന്നു. ഗണേഷ് ചതുർത്ഥിക്ക് നിയന്ത്രണങ്ങൾ ഏർപ്പെടുത്തി എന്ന സംഘപരിവാർ വ്യാജവാർത്ത പ്രചരണത്തെപ്പറ്റിയാണ് ഈ വ്യാജവാർത്ത. സംസ്ഥാനം മുഴുവൻ നുണ പ്രചരിപ്പിക്കുന്നതിൽ സംഘികൾ വിജയിച്ചു. സിദ്ധരാമയ്യ സർക്കാരുമായി ഏതെങ്കിലും തരത്തിൽ വിയോജിപ്പുള്ളവർ ഈ വ്യാജവാർത്ത ആയുധമാക്കി സർക്കാരിനെതിരെ പ്രചരിപ്പിച്ചു.

യാതൊരു പ്രതിചിന്തയുമില്ലാതെ ജനങ്ങൾ എല്ലാം വിശ്വസിക്കുന്നു എന്നതാണ് ഏറ്റവും ഞെട്ടിക്കുന്നതും ദുഃഖകരവുമായ കാര്യം. ജനങ്ങളുടെ കണ്ണുകളും കാതുകളും അടച്ചിട്ട്, തലച്ചോർ അടക്കം പൂട്ടിവെച്ച് അവരത് വിശ്വസിപ്പിക്കുന്നു. വ്യാജഗുരു ഗുർമീത് റാം റഹീം ബലാത്സംഗ കേസിൽ പ്രതിയാണ് എന്ന വാർത്ത കഴിഞ്ഞയാഴ്ച പുറത്തുവന്നപ്പോൾ ബി ജെ പി നേതാക്കൾക്കൊപ്പം നിന്നുള്ള അയാളുടെ ചിത്രങ്ങൾ സോഷ്യൽ മീഡിയയിൽ വൈറലായി. പ്രധാനമന്ത്രി നരേന്ദ്രമോദിയോടൊപ്പവും മറ്റനേകം ഹരിയാന ബി ജെ പി നേതാക്കളോടൊപ്പവുമുള്ള ചിത്രങ്ങളും വീഡിയോകളും വ്യാപകമായി പ്രചരിപ്പിക്കപ്പെട്ടു. ഇത് ബി ജെ പിയെയും സംഘപരിവാറിനെയും പ്രകോപിപ്പിച്ചു. ഇതിനെ നേരിടാൻ അവർ കേരള മുഖ്യമന്ത്രിയും സി പി ഐ (എം) നേതാവുമായ പിണറായി വിജയൻ റാം റഹീമിനൊപ്പം ഇരിക്കുന്ന ഒരു ചിത്രം ഫോട്ടോഷോപ്പ് ചെയ്ത് പ്രചരിപ്പിച്ചു.

എന്നാൽ സത്യത്തിൽ കോൺഗ്രസ് നേതാവ് ഉമ്മൻചാണ്ടിയാണ് ശരിയായ ചിത്രത്തിൽ റാം റഹീമിനൊപ്പമുള്ളത്. വലതുപക്ഷക്കാർ സോഷ്യൽ മീഡിയയിൽ പ്രചരിപ്പിച്ച ചിത്രത്തിൽ ഉമ്മൻചാണ്ടിയുടെ തലയ്ക്കു പകരം പിണറായി വിജയന്റെ തലയാണ് ഉണ്ടായിരുന്നത്. ചിലർ യഥാർത്ഥ ഫോട്ടോ പോസ്റ്റ് ചെയ്തതോടെ ഭാഗ്യവശാൽ ആ പ്രചാരണത്തിന് അവരുദ്ദേശിച്ച ഫലം കിട്ടിയില്ല.

വലതുപക്ഷക്കാരുടെ ഇത്തരം വ്യാജപ്രചരണത്തെ വെളിച്ചത്തുകൊണ്ടുവരാൻ കഴിഞ്ഞ ഒരു കൊല്ലം മുമ്പ് വരെ ആരുമുണ്ടായിരുന്നില്ല. എന്നാലിന്ന് പലരും വ്യാജവാർത്തയ്ക്കെതിരെ പ്രവർത്തിക്കുന്നുണ്ട്. വ്യാജവാർത്തകൾ മാത്രം മുന്നിട്ടു നിന്നിരുന്ന ഇടങ്ങളിൽനിന്ന് ഭിന്നമായി ഇന്ന് സത്യവാർത്തകൾ പുറത്തുവരികയും അവ പ്രചരിക്കുകയും ചെയ്യുന്നു.

ഉദാഹരണമായി, പ്രധാനമന്ത്രി നരേന്ദ്രമോദിയുടെ സ്വാതന്ത്ര്യദിന പ്രസംഗത്തിലെ നുണകൾ ചൂണ്ടിക്കാട്ടി ധ്രുവ് രതി ആഗസ്ത് 17 ന് പോസ്റ്റ് ചെയ്ത വീഡിയോ. കഴിഞ്ഞ ഏതാനും മാസങ്ങളായി മോദി

പ്രചരിപ്പിക്കുന്ന നുണകൾ സോഷ്യൽ മീഡിയ വഴി പുറത്തുവിടുകയാണ്.

രതിയുടെ വീഡിയോകൾ മുൻകാലങ്ങളിൽ വളരെ കുറച്ചുപേർ മാത്രമേ കണ്ടിരുന്നുള്ളൂ. എന്നാൽ ഇന്ന് രതിയുടെ വീഡിയോക്ക് കാഴ്ചക്കാർ കൂടി. വീഡിയോ വൈറലായി. ഒരു ലക്ഷത്തിലേറെപ്പേർ യൂട്യൂബിൽ ഈ വീഡിയോ കണ്ടു.

ധ്രുവ് രതി പറയുന്നതനുസരിച്ച് ഒരുമാസം മുമ്പ് ബുസ്ബുസിയ (നരേന്ദ്രമോദിയെ പരിഹസിച്ചുകൊണ്ട് ഗൗരി ലങ്കേഷ് ഉപയോഗിച്ചുവരുന്ന വ്യാജൻ എന്നർത്ഥം വരുന്ന കന്നഡ പദമാണ് ബുസ്ബുസിയ) ഗവൺമെന്റ് രാജ്യസഭയെ അറിയിച്ചത് 33 ലക്ഷം പേര് നോട്ട് നിരോധനത്തിന് ശേഷം നികുതിയടച്ചു തുടങ്ങി എന്നാണ്. ഇന്ന് മുഖ്യധാരാ മാധ്യമങ്ങൾ ഗവൺമെന്റും ബി ജെ പിയും നല്കിയ ഈ കണക്കുകളെ ഗോസ്പല് സത്യമായി സ്വീകരിക്കുന്നു.

ധനമന്ത്രി അരുൺ ജെയ്റ്റ്ലി മുൻപൊരിക്കൽ അറിയിച്ചത് 91 ലക്ഷം പേർ നികുതി അടിച്ചു തുടങ്ങി എന്നാണ്. എക്കണോമിക് സർവ്വേ പുറത്തുവിട്ട കണക്ക് 5.4 ലക്ഷമാണ്. ഈ കണക്കുകളെയെല്ലാം വീഡിയോയിൽ ധ്രുവ് രതി ചോദ്യം ചെയ്യുന്നു. ടി വി ചാനലുകൾ ഗവൺമെന്റിന്റെ അവകാശവാദങ്ങളെ വെല്ലുവിളിക്കുകയോ ചോദ്യം ചെയ്യുകയോ ചെയ്യാതെ ഇക്കാര്യത്തിൽ പത്തടി മുന്നിലാണ്. രാംനാഥ് കോവിന്ദ് രാഷ്ട്രപതിയായി സ്ഥാനമേറ്റ് മണിക്കൂറുകൾക്കകം ട്വിറ്റർ ഫോളോവേഴ്സിന്റെ എണ്ണത്തിൽ മുപ്പത് ലക്ഷത്തിലേറെ വർദ്ധനവുണ്ടായി എന്ന് ഇംഗ്ലീഷ് ചാനലുകളും വാർത്ത കൊടുത്തു എന്നത് തന്നെ ഉദാഹരണമായെടുക്കാം. കോവിന്ദിന്റെ പ്രശസ്തി വർദ്ധിച്ചുവെന്ന് ചാനലുകൾ ദിവസം മുഴുവൻ പ്രഖ്യാപിച്ചുകൊണ്ടേയിരുന്നു. അടുത്തകാലത്തായി പല ടി വി ന്യൂസ് സ്ഥാപനങ്ങളും ആർ എസ് എസുമായി സൗഹൃദമായതു കാണാം. സ്ഥാനമൊഴിഞ്ഞ രാഷ്ട്രപതി പ്രണബ് മുഖർജിയുടെ ഔദ്യോഗിക ടിിറ്റർ അക്കൗണ്ടിലേക്ക് പുതിയ രാഷ്ട്രപതി സ്ഥാനമേറ്റപ്പോൾ ഉണ്ടായതാണ് ഫോളോവേഴ്സിന്റെ എണ്ണത്തിലുണ്ടായ വർദ്ധനവ്. മുൻ രാഷ്ട്രപതി പ്രണബ് മുഖർജിക്ക് ടിിറ്ററിൽ മുപ്പതു ലക്ഷത്തിലധികം ഫോളോവേഴ്സ് ഉണ്ടായിരുന്നു. പല വസ്തുതാന്വേഷകരും മിത്ത് തകർക്കുന്നു. ഇപ്പോൾ ആർ എസ് എസ് നടത്തുന്ന ഇത്തരം കുപ്രചരണങ്ങളെപ്പറ്റി സംസാരിക്കുന്നു. ധ്രുവ് രതി അത് വീഡിയോകളിലൂടെ ചെയ്യുമ്പോൾ പ്രതീക് സിൻഹ അത് *ആൾട്ട് ന്യൂസ്* എന്ന തന്റെ വെബ്സൈറ്റിലൂടെ ചെയ്യുന്നു. എസ് എം ഹോക്സ് സ്ലേയർ, ബ്ലൂം ഫാക്ട് ചെക്ക് എന്നീ വെബ് സൈറ്റുകളും *ദ വയർ, സ്ക്രോൾ ന്യൂസ് ലോണ്ട്രി, ദക്വിന്റ്* എന്നീ ന്യൂസ് പോർട്ടലുകളും സജീവമായി വ്യാജവാർത്തകളെ പൊളിച്ചടുക്കുന്നുണ്ട്.

ഞാൻ സൂചിപ്പിച്ച വ്യക്തികളും സംഘടനകളും സ്ഥാപനങ്ങളും

വ്യാജവാർത്തകൾക്ക് പിന്നിലുള്ള സത്യം പുറത്തുകൊണ്ടുവന്നവരാണ്. ഈ വെളിപ്പെടുത്തലുകളെല്ലാം ആർ എസ് എസിനെ അസ്വസ്ഥമാക്കിയിട്ടുണ്ട്. ഇവരൊന്നും പണമുണ്ടാക്കാനല്ല ജോലി ചെയ്യുന്നത് എന്നതാണ് ഏറ്റവും പ്രധാനം. അവരുടെ വ്യാജവാർത്താ പ്രചരണ രീതികളെയും ഈ ഫാസിസ്റ്റുകളുടെ വ്യാജപ്രവർത്തനങ്ങളെയും വെളിച്ചത്തുകൊണ്ടുവരികയാണ് അവരുടെ പ്രധാന ലക്ഷ്യം.

ഒരാഴ്ച മുമ്പ് ബംഗ്ലൂരുവിൽ മഴതോരാതെ പെയ്തപ്പോൾ കർണ്ണാടകയിലെ ബി ജെ പി ഐ ടി സെൽ ഒരു ഫോട്ടോ പ്രചരിപ്പിച്ചു. 'ചന്ദ്രനിലൂടെ ആളുകൾ നടക്കുന്നതായി നാസ കണ്ടെത്തി. പിന്നീട് ബംഗ്ലൂരു മുനിസിപ്പൽ കോർപ്പറേഷൻ അത് ബംഗ്ലൂരു റോഡ് ആണെന്ന് അറിയിച്ചു' എന്ന ആക്ഷേപ ഹാസ്യത്തിൽ പൊതിഞ്ഞ തലക്കെട്ടോടെയായിരുന്നു പോസ്റ്റ്. റോഡ് നിറയെ കുണ്ടും കുഴികളുമാണ് എന്ന് പ്രചരിപ്പിച്ച് കർണ്ണാടക മുഖ്യമന്ത്രി സിദ്ധരാമയ്യക്കെതിരെ ആക്ഷേപ പ്രചാരണം നടത്തുകയായിരുന്നു ബി ജെ പി യുടെ ലക്ഷ്യം. എന്നാൽ ബി ജെ പി ഭരിക്കുന്ന മഹാരാഷ്ട്രയിൽ നിന്നുള്ളതാണ്, പ്രസ്തുത ഫോട്ടോ, ബംഗ്ലൂരുവിൽ നിന്നുള്ളതല്ല എന്ന് ചൂണ്ടിക്കാട്ടിയതോടെയാണ് പദ്ധതി പൊളിഞ്ഞത്.

പശ്ചിമബംഗാളിൽ കലാപം പൊട്ടിപ്പുറപ്പെട്ടപ്പോൾ ഇതുപോലെ വലതുപക്ഷക്കാർ സോഷ്യൽ മീഡിയയിൽ രണ്ട് പോസ്റ്ററുകൾ ഷെയർ ചെയ്തു. ഒന്നിന് തലക്കെട്ട് 'ബംഗാൾ കത്തുന്നു' എന്നായിരുന്നു. കത്തിയ വീടുകൾ ഉള്ള പോസ്റ്റർ ആണ് അത്. രണ്ടാമത്തെ ചിത്രം ഒരു സ്ത്രീയുടെ സാരി മറ്റൊരാൾ വലിച്ചൂരുന്നതായിരുന്നു. കുറേപ്പേർ അത് നോക്കിനില്ക്കുന്നുമുണ്ട്. അതിനു നല്കിയ തലക്കെട്ട് 'ബദൂരിയയിൽ ഹിന്ദു സ്ത്രീകൾ ആക്രമിക്കപ്പെടുന്നു' എന്നായിരുന്നു. പെട്ടെന്നുതന്നെ ഈ ചിത്രങ്ങൾക്കു പിന്നിലെ സത്യവും പുറത്തുവന്നു. ആദ്യത്തെ ചിത്രം മോദി ഗുജറാത്ത് മുഖ്യമന്ത്രിയായിരുന്ന 2002 ലെ ഗുജറാത്ത് വംശഹത്യക്കാലത്തെയായിരുന്നു. ഒരു ഭോജ്പുരി സിനിമയിലെ സ്റ്റിൽ ആയിരുന്നു രണ്ടാമത്തേത്. മുതിർന്ന ബി ജെ പി നേതാവ് വിജേതാ മല്ലിക് ആണ് ആ ചിത്രം ഷെയർ ചെയ്തത്.

ആർ എസ് എസ് മാത്രമല്ല, ബി ജെ പി കേന്ദ്രമന്ത്രിമാർ വരെ ഈ വ്യാജവാർത്താ പ്രചരണത്തിന്റെ ഭാഗമാവുന്നുണ്ട്. ഉദാഹരണത്തിന്, മുസ്ലീങ്ങൾ ദേശീയ പതാക കത്തിക്കുന്നതിന്റെ ഒരു പടം നിതിൻഗഡ്ഗരി ഷെയർ ചെയ്തു. 'റിപ്പബ്ലിക്ക് ദിനത്തിൽ ഹൈദരാബാദിൽ ത്രിവർണ്ണ പതാക കത്തിക്കുന്നു' എന്ന തലക്കെട്ടോടെ ഗൂഗിളിൽ പുതിയൊരു ഇമേജ് സെർച്ച് ആപ്ലിക്കേഷനുണ്ട്. അതിൽ ഒരു ഇമേജ് സെർച്ച് ഒരു പ്രൈം ടൈം ചർച്ചയ്ക്കിടെ ബി ജെ പി വക്താവ് സാംബിത് പത്ര, ജെ എൻ യു അടക്കമുള്ള കേന്ദ്ര സർവ്വകലാശാലയിൽ ദേശീയ പതാക ഉയർത്തുന്നതിനെപ്പറ്റി പറയുകയുണ്ടായി. തന്റെ ടാബിൽ ഇന്ത്യൻ പതാ

കയുയർത്തുന്ന ആറ് പട്ടാളക്കാരുടെ ചിത്രം കാണിച്ചുകൊണ്ടായിരുന്നു സാംബിത് പത്ര ഇക്കാര്യം അവതരിപ്പിച്ചത്. പിന്നെ വ്യക്തമായി അത് രണ്ടാം ലോകമഹായുദ്ധകാലത്ത് ജപ്പാനിലെ ഇവോ ജിമാ ദ്വീപ് പിടിച്ച ടക്കിയ ശേഷം അമേരിക്കൻ സൈനികൻ അമേരിക്കൻ പതാകയു യർത്തുന്ന ഫോട്ടോയായിരുന്നു എന്ന്. ആളുകളെ കബിളിപ്പിക്കാൻ വേണ്ടിയാണ് സാംബിത് പത്ര ഇത്തരം ഫോട്ടോകൾ ഉണ്ടാക്കുന്നത്.

'30,00,000 എൽ ഇ ഡി ബൾബുകൾ ഇന്ത്യയിലെ 50,000 കിലോമീ റ്ററോളം റോഡുകളിൽ തെളിയിച്ചിരിക്കുന്നു.' എന്ന വാർത്തയോടെ അടു ത്തിടെ കേന്ദ്ര ഊർജ്ജ മന്ത്രി ഒരു ഫോട്ടോ ഷെയർ ചെയ്തു, എന്നാൽ, ആ പടവും വ്യാജമായിരുന്നു. ഒരു ജാപ്പനീസ് തെരുവിന്റെ 2009 ൽ എടുത്ത ചിത്രമായിരുന്നു അത്. 'തദ്ദേശീയ കൽക്കരി വിതരണത്തിൽ കഴിഞ്ഞ മൂന്നുവർഷത്തിനിടെ വർദ്ധനവുണ്ടായി. 25,900 കോടിയുടെ ലാഭ മുണ്ടായി' എന്ന് ഊർജ്ജ മന്ത്രി ഗോയൽ ഈയടുത്തായി അവകാശ പ്പെട്ടു. ഇതിന്റെ കൂടെ ചേർത്ത ഫോട്ടോയും വ്യാജമാണ് എന്നു തെളി ഞ്ഞു. ഛത്തീസ്ഗഢിൽ ബി ജെ പിയുടെ പി ഡബ്ല്യു ഡി മന്ത്രി രാജേഷ് മുന്ത് ഒരു പാലത്തിന്റെ ഫോട്ടോ ഷെയർ ചെയ്തു. സംസ്ഥാന ഗവൺമെന്റിന്റെ നേട്ടമാണ് അത് എന്ന് കാണിച്ചാണ് ഷെയർ ചെയ്തത്. പക്ഷേ, സത്യത്തിൽ അത് വിയറ്റ്നാമിലെ ഒരു പാലത്തിന്റെ ചിത്രമായി രുന്നു. ആ പോസ്റ്റിന് 2000 ലൈക്കുകൾ കിട്ടി. പിന്നീട് ഡിലീറ്റ് ചെയ്തു.

കർണ്ണാടകയിലെ ആർ എസ് എസ്, ബി ജെ പി നേതാക്കളും വ്യാജ വാർത്ത പ്രചാരണത്തിൽ പിന്നിലല്ല. കർണ്ണാടകയിലെ എം പി, പ്രതാപ് സിംഹ, *ടൈംസ് ഓഫ് ഇന്ത്യ*യിൽ പ്രസിദ്ധീകരിച്ച വാർത്തയാണ് എന്നു കാണിച്ച് ഒരു റിപ്പോർട്ട് ഷെയർ ചെയ്തു. ഒരു ഹിന്ദു പെൺകുട്ടിയെ മുസ്ലീം യുവാവ് കുത്തിക്കൊന്നു എന്നായിരുന്നു തലക്കെട്ട്. ലോകത്തോട് ധാർമ്മികതയെപ്പറ്റി പ്രസംഗിക്കുന്ന സിംഹ ഈ വാർത്തയുടെ ആധി കാരികത പരിശോധിച്ചില്ല. ഒരൊറ്റ പത്രം പോലും അത്തരത്തിലൊരു വാർത്ത കൊടുത്തിട്ടില്ല. സത്യത്തിൽ തലക്കെട്ട് ഫോട്ടോഷോപ്പ് ചെയ്ത് വാർത്ത വർഗ്ഗീയ തലത്തിൽ അവതരിപ്പിക്കുകയായിരുന്നു. ഇതിനെ തിരെ പ്രതിഷേധമുണ്ടായപ്പോൾ എം പി പോസ്റ്റ് ഡിലിറ്റ് ചെയ്തു. പക്ഷേ, നുണ പ്രചരിപ്പിച്ചതിന് മാപ്പപേക്ഷിച്ചിട്ടില്ല.

എന്റെ സുഹൃത്ത് ഡോക്ടർ വാസു എഴുതിയ പോലെ, എനിക്കും ഇതുപോലൊരു അബദ്ധം സംഭവിച്ചു. ലാലു പ്രസാദ് യാദവ് ഷെയർ ചെയ്ത, പാറ്റ്നയിൽ നടന്ന റാലിയുടെ ഫോട്ടോ എന്ന് കരുതി ഞാനൊ രുപടം പോസ്റ്റു ചെയ്തു. എന്നാൽ, എന്റെ സുഹൃത്ത് ശശിധർ ഹെമ്മഡി ഉടൻ തന്നെ അത് വ്യാജഫോട്ടോ ആണ് എന്ന് പറഞ്ഞുകൊണ്ട് എന്നെ തിരുത്തി. ഞാനുടൻ തന്നെ അബദ്ധം സമ്മതിച്ചു. വ്യാജഫോട്ടോയും ഒറിജിനൽ ഫോട്ടോയും ഷെയർ ചെയ്തു. വർഗ്ഗീയമായി എന്തെങ്കിലും ഷെയർ ചെയ്യാനോ പ്രചരിപ്പിക്കാനോ യാതൊരു തരത്തിലും ഉദ്ദേശമു

ണ്ടായിരുന്നില്ല. വർഗ്ഗീയ ശക്തികൾക്കെതിരെ ജനങ്ങൾ സംഘടിക്കുന്നു എന്ന ആശയം അറിയിക്കുക എന്ന് മാത്രമായിരുന്നു എന്റെ ഉദ്ദേശ്യം.

വ്യാജവാർത്തകൾ പൊളിച്ചടുക്കുന്ന എല്ലാവർക്കും എന്റെ അഭിവാദ്യങ്ങൾ...! എന്നാൽ എന്റെ ആഗ്രഹം, ഇവരെ നേരിടാൻ ഇതിലും ആളുകൾ വേണമെന്നാണ്..!

9 789386 637956

Printed by Libri Plureos GmbH in Hamburg,
Germany